સંવેદનાનો સંગમ

AF520365

Published By

www.poetryworld.org

Samvedna no sangam

Edited By Chetna Bhatia

Published by: Poetry World Org.

Publisher's Address: Haryana

Printed under PWO in India

All rights are reserved. No part of this publication may be reproduced, stored in a retrieval system, or transmitted, in any form or by any means, electronic, mechanical, photocopying, recording or otherwise, without the prior written permission of the publisher. The author asserts the moral right to be identified as the author of this work. Special credits to Dr.Niveditha and Dr.Nitin Chopra.

Cover image source: Pinterest

Edition : I (2023)

ISBN (Paperback) - 9788194495918

Book Design by POETRY WORLD

Copyright © Chetna Bhatia

POETRY WORLD ORG 2023

સંવેદનાનો સંગમ

A GUJARATI ANTHOLOGY BY PWO

Editors

ચેતના ભાટિયા

જાગૃતિ કૈલા

સંપાદકની કલમ

મળે સુર જો તારો-મારો બને આપણો સુર નિરાળો

આપણાં જીવનમાં પણ આમ ઘણાં જ સુર અને લયનો તાલ-મેલ હોય છે. આપણા જીવનમાં ઘણા લોકો હોય છે અને બધાં જ અલગ વિચારો વાળા, ખરું ને? કોઈ સાથે આપણા વિચારો મળે તો, કોઈ તદ્દન અલગ દિશા વાળા હોય છે. અને હા, કોઈ વ્યક્તિઓ સાથે રહેવાથી આપણા વિચારમાં પણ ફેરફાર થતો હોય છે. કોઈ સકારાત્મક અસર કરે છે તો કોઈ નકારાત્મક અસર પણ કરે જ છે.

તકલીફ થાય જ્યારે ન ગમવા છતાં અમુક વિચારો આપણે અપનાવવા પડતા હોય છે. ક્યારેક પ્રેમ ખાતર, ક્યારેક કોઈના માન ખાતર તો ક્યારેક કોઈની ઈચ્છાઓ ખાતર. હદ તો ત્યારે થાય છે જ્યારે આપણે દુનિયાની ખાતર, લોકો શું કહેશે એ ખાતર જ અમુક વસ્તુઓ કરવી પડે છે અને અમુક સબંધને જીવનમાં સ્થાન આપવું પડે છે.

આમ અનિચ્છનીય સબંધ, વહેવાર અને અનિચ્છાએ કરવું પડતું કામ વેદના જ આપે છે. જીવન આમ વેદના અને સંવેદના ચકડોળમાં ફરતું રહે છે. ક્યારેક આપણુ મન ગમતુ મળે તો ખુશી સાથે અને ક્યારેક મન મારીને પણ જીવવું પડે છે.

આમ જ આપણા જીવનમાં સંવેદનાનો સંગમ થાય છે અને વહેતો રહે છે.

ચેતના ભાટિયા

મુક્તિભ્રમણા

સહલેખક

૧) ભાલોડિયા શિલ્પા "નવ્યા"

૨) ચેતના ભાટિયા

૩) જાગૃતિ કૈલા "ઊર્જા"

૪) સૌરભ જોષી

૫) શોભા કિશોરભાઈ મિસ્ત્રી. "અક્ષય"

૬) અંકિત જોષી "એ.જે. મેકર"

મુક્તિભ્રમણા

ઘરમાંથી નીકળીને ગણતરીની સેકન્ડોમાં આદિત્ય એક જંગલની વચ્ચે ઉભો રહી ગયો હતો. સૂરજ ઢળી રહ્યો છે અને અંધકાર ધીરેથી જંગલને પોતાના ભરડામાં લઇ રહ્યો છે. તેની સામે એક મોટું વડનું વૃક્ષ છે, તેની વડવાઈઓ પવનને કારણે આમતેમ ઝૂલી રહી છે. વૃક્ષમાંથી કોઈ અતિ પીડિત આક્રંદ સાથે તેને બોલાવી રહ્યું છે. તે આક્રંદનો ધ્વનિ સહન ન કરી શકતા પોતાના બન્ને હાથથી કાન બન્ધ કરી દે છે અને આંખો બંધ કરી દે છે.

શોર સન્નાટામાં ફેરવાઈ જાય છે અને પોતાની જોરથી મીંચેલી આંખોને તે અચાનક ખોલી નાખે છે. આદિત્યની આંખ નીલા અને લાલ રંગમાં વારાફરતી ઝબુકવા લાગે છે. તે કોઈ સંમોહનમાં બંધાઈ ગયો હોય એમ અપલક નજરે અને મક્કમ પગલે વૃક્ષ તરફ વધી રહ્યો છે.

ચમાચીડિયાની પંખોનો ફફડાટ અને જંગલી જનવરોનો ભયાનક અવાજ વધુ જોર પકડી રહ્યો છે. જેમ તે વૃક્ષ તરફ વધી રહ્યો છે તેમ અંધારું ગાઢ થતું જઇ રહ્યું છે. જેવો તે વૃક્ષની નીચે પહોંચ્યો કે અચાનક પવન થંભી ગયો, વડવાઈઓ જડ બનીને સ્થિર થઈ ગઈ. એક ભયાવહ શાંતિ ચારેકોર ફેલાઈ ગઈ.

આદિત્યનું સંમોહન તૂટ્યું અને તે બઘવાઈને ભયનો માર્યો આમતેમ જોવા લાગ્યો. વડના વૃક્ષમાં તેને લાવા જેમ આગ નીતરતી દેખાઈ. તે હજી તો કાંઈ સમજે વિચારે એ પહેલાજ વડવાઈઓ તેને અજગરની જેમ એક પછી એક વીંટળાવવા લાગી અને ફરીથી તે ભયાનક શોર ગુંજવા લાગ્યો, સાથે વૃક્ષમાંથી આવતા આંક્રંદ ને ચીસો પણ ફરી સંભળાવવા લાગી. તેમાં એક અટ્ટહાસ્ય નો અવાજ પણ ભળ્યો જે ઓર ભયાનક હતો.

આદિત્ય છટપટાવવા લાગ્યો. જેમ તે છૂટવા પ્રયત્ન કરતો એમ વડવાઈઓની પકડ મજબૂત બનતી જઈ રહી હતી, તેના મુખમાંથી એક તીવ્ર ચીસ નીકળી અને તે અચાનક પોતાના બેડ પર બેઠો થઈ ગયો..., પરસેવાથી રેબઝેબ થયેલો આદિત્ય એટલું સમજ્યો કે આ એજ સપનું હતું જે તે હંમેશાથી જોતો આવ્યો છે. મમ્મી તેને રસોડામાંથી અવાજ દઈ ઉઠાડી રહી હતી. "આદિત્ય ઉઠ હવે આજે કૉલેજનો પહેલો દિવસ છે જલ્દી કર, મોડું થઈ જશે"

"હા મમ્મી ઉઠ્યો..." એમ કહી તે ફરી બેડ પર સૂતો અને સપના વિશે વિચારી રહ્યો, સપનાનાં વિચાર માત્રથી તેના કપાળ પર પ્રસ્વેદબિંદુ જામી રહ્યા હતા, વિચારો વધુ ઘેરાય એ પહેલાજ તેના ફોનની રિંગ વાગી. બાળપણનો મિત્ર સુશાંત તેને ફોન કરી રહ્યો હતો. "શું ભાઈ આજેય લેટ લતીફનો એવોર્ડ લેવાનો છે? બારી

બહાર જો હું ઉભો છું ચલ જલ્દી આવ" આદિત્યએ બારી બહાર જોઈને સુશાંતને હાથનો ઈશારો કરી ઉપર આવવા કહ્યું. તે ઉપર આવ્યો અને આદિત્યનો ચહેરો જોતા જ સમજી ગયો અને પૂછ્યું.. "ફરીથી એજ સપનું આવ્યું કે?" આદિત્યની આંખોએ હા માં જવાબ આપી દીધો. સુશાંત તેનો બાળપણનો મિત્ર હતો અને આદિત્યએ તેને પોતાના આ સ્વપ્ન વિશે ઘણી વાર વાત કરી ચુક્યો હતો. આ બાબતે સુશાંત કાંઈ કરી શકે એમ ન હતો એટલે એને વાત ફેરવતા કહ્યું "ચલ હવે એ બધું મુક જલ્દી તૈયાર થઈ જા નહીતો પહેલાજ દિવસે આપણે મોડા પડશું"

બંને કૉલેજ પહોંચ્યા. ત્યાં બીજા મિત્રો પણ તેની રાહ જોઇને ઉભા હતા. લકી, વિકી અને પ્રમેય, આ બધાં જ સાથે ભણીને મોટા થયેલા, સુશાંત આદિત્યના ઘરની નજીક રહેતો જ્યારે બીજા ત્રણ મિત્રો દૂર રહેતા. પ્રમેય થોડો આશિક મિજાજી હતો. તેણે વાત મૂકી, "કાશ... આજ કોઈ સુંદર છોકરી મને ભટકાઈ જાય અને મને એની જોડે પહેલી નજરનો પ્રેમ થઈ જાય, તો આ અખંડ સીંગલપણાનો અંત આવે". આમજ મજાક મસ્તી કરતાં કરતાં બધાં જ કૉલેજની અંદર ગયા. પહેલો દિવસ એટલે પ્રોફેસરનો પરિચય, વગર મફતની સલાહ સુચન જ્ઞાન અને વોર્નિંગ્સ..., લાઈબ્રેરીનું કાર્ડ બનાવવા માટે લાંબી લાઈનમાં ઉભા રહીને બોર થવાનો દિવસ.

લાઈબ્રેરી કાર્ડની લાઈનમાં ઉભા ઉભા પણ પ્રમેય હજી આવતી જતી છોકરીઓને તાકી રહ્યો હતો. આદિત્યનો વારો આવ્યો તેને પોતાનું નામ લખાવ્યું. "આદિત્ય ઉમાશંકર સૂર્યવંશી" નામ સાંભળીને લાઈબ્રેરીયન પોસ્ટ પર બેઠેલા રઘુવંશીસર એ તેની સામે જોયું અને પૂછ્યું " ભીમાશંકર સૂર્યવંશી તારે શું થાય?" આદિત્ય જરા ચોંકી ગયો કે મારા દાદાનું નામ આ સરને કેમ ખબર? તેને કહ્યું "હા એ મારા દાદા હતા, પણ તમેં કેવી રીતે ઓળખો?" રઘુવંશીસરે કહ્યું "એ મારા ખાસ મિત્ર હતા, હું તારી જ રાહ જોતો હતો". એમ કહી સરે એક રહસ્યમયી સ્મિત કરી લાઈબ્રેરી કાર્ડ આપ્યું. આદિત્ય તેમની સામે જોતા વિચારોમાં ખોવાયેલો તે લાઈબ્રેરીની બહાર નીકળવા લાગ્યો ત્યાંજ તે કોઈ સાથે ભટકાયો અને લાઈબ્રેરી કાર્ડ નીચે પડી ગયું. એક મીઠી અત્તરની સોડમે તેનું ધ્યાન ભટકાવ્યું. સંધ્યાની મીઠી ઝાલર જેવો અવાજ રણક્યો.. "ઓહ સોરી હું જરા જલ્દીમાં હતી" અને તે છોકરીએ તેનું લાઈબ્રેરી કાર્ડ ઉઠાવીને તેને હાથમાં આપ્યું.

શૈલી એ બુમ પાડી,"વૈભવી ચાલ જલ્દી મોડું થઈ જશે" અને એક સુંદર નમણી હરણી એની નજર સામેથી ઓઝલ થઈ ગઈ. આદિત્ય તેને જતાં જોઈ રહ્યો.. આ દ્રશ્ય જોનારા તેના મિત્રો તેની ફરતે વીંટળાઈ ગયા અને પ્રમેય બોલ્યો "અચ્છા... તો આવો હોય પહેલી નજરનો પ્રેમ હમમ..." અને બધાં મિત્રોએ ટીખળમાં સુર

પુરાવ્યો "હમમમ" આદિત્યને વાત બદલતાં કહ્યું "શું કાંઈ પણ એમ થોડો પ્રેમ થઈ જાય, ચલો હવે ઘર ભેગા થઈ જઇએ"
(કૉલેજનો બીજો દિવસ)

શૈલી અને વૈભવી સ્કૂટી પર કોલેજ જવાં રવાના થઈ અને શૈલીએ વૈભવીને ખીજવતા કહ્યું "સાચું બોલજે કાલે પેલો ભટકાયો તેને કાર્ડની જોડે દિલ પણ દઈ આવીને?" અને વૈભવીએ શૈલીને ટપલી મારી કહ્યું " તું ચુપચાપ ગાડી ચલાવને નકર દિલની ખબર નય પ્રોફેસર બ્લેક માર્ક જરૂર આપી દેશે જો મોડા પહોંચ્યા તો" શૈલી અને વૈભવી કોલેજના પહેલાં દિવસેજ મિત્ર બની ગયેલી, એકજ બેન્ચ પર બેસવાને લીધે અને શૈલીના મળતાવડા સ્વભાવને કારણે તે બન્ને થોડીક જ મિનિટોમાં જાણે બાળપણની સખી હોય એટલી પાક્કી મિત્રતામાં બંધાઈ ગયેલી. "મેં આઈ કમ ઇન સર" કૉલેજ પહોંચ્યા ત્યાં લેક્ચર શરૂ થઈ ગયો હતો ને સર તેમને જોઈને બોલ્યા "અત્યારથી આવા હાલ છે આગળતો શું થશે, ચલો પધારો મેડમજી" અને બન્ને ક્લાસમાં આવી. ક્લાસમાં આવતાજ વૈભવીની નજર આદિત્ય સાથે મળી શૈલીએ આ જોયું અને તે વૈભવિનો હાથ પકડીને આદિત્યની બેન્ચની બાજુની બેન્ચ પર જઈને બેસી ગઈ. આ વાત આદિત્યના મિત્રોએ પણ નોટ કરી અને તેઓ આદિત્યને ફરીથી એજ ટીખળ વાળું લુક આપીને નજર નજરમાં ખીજવવા લાગ્યા.

હવે કોલેજ શરૂ થયે લગભગ બે મહિના થઈ ગયા હતા. શૈલીના મોજીલા સ્વભાવને કારણે હવે બન્ને આદિત્યના મિત્ર ગ્રુપનો ભાગ બની ગઈ હતી. અને તેમનું ગ્રુપ "સેવન ઓશન" નામથી કોલેજમાં લગભગ નામચીન થઈ ગયું હતું, કેમકે તેઓ ભણવા સાથે દરેક એક્ટિવિટીમાં આગળ રહેતા. લકી, વિકી, પ્રમેય, આદિત્ય, સુશાંત, શૈલી અને વૈભવી આજે કેન્ટીનમાં પીઝાની મોજ લઈ રહ્યા હતા કેમકે આજે આદિત્યનો જન્મદિવસ હતો.

કૉલેજનો પ્યુન આદિત્યને શોધતો કેન્ટીનમાં આવ્યો અને આદિત્યને કહ્યું " રઘુવંશીસર તમને લાઇબ્રેરીમાં બોલાવે છે અત્યારેજ" આદિત્યના મનમાં કૉલેજના પહેલાં દિવસે રઘુવંશીસરે આપેલી રહસ્યમયી સ્માઈલ છવાઈ ગઈ. ખબર નહીં પણ આદિત્યને વારે વારે આજ પોતાનું સ્વપ્ન યાદ આવી રહ્યું હતું. વિચારોમાં તે ક્યારે લાઇબ્રેરીમાં પહોંચી ગયો તેનો તેને ખ્યાલ જ ન રહ્યો. રઘુવંશી સર જુના કબાટમાં કંઈક શોધી રહ્યા હતા. આદિત્ય તરફ જોયા વગર તેમણે તેને બેસવા કહ્યું. એક જૂની ડાયરી બહાર કાઢી તેમણે ટેબલ પર મૂકી.., "આ તારા દાદાની આખરી નિશાની જે તેઓ મને સોંપીને ગયા હતા, તને નથી ખબર કે આને સાચવવા મેં કેટલો સંઘર્ષ કર્યો છે, આજથી આ અમાનત તને સોપું છું." એમ કહી સરે ડાયરી આદિત્યના હાથમાં સોંપી અને તેને જન્મદિવસની શુભેચ્છા આપી મિત્રો સાથે જવા કહ્યું. આદિત્ય મનમાં હજારો સવાલો સાથે લાઈબ્રેરી બહાર નીકળી

ગયો. એ ઈચ્છે તો રઘુવંશીસરને પૂછી શક્યો હોત પણ તેને ખબર હતી કે તેના દરેક સવાલોના જવાબ આ ડાયરી જ છે... તે કેન્ટીનમાં પાછો ફર્યો જ્યાં બધાં મિત્રો તેની રાહ જોઈ રહ્યા હતા. સુશાંતે આંખના ઈશારે પૂછ્યું કે શું થયું? આદિત્યએ વાતને ટાળતા "કાંઈ નહીં મારે એક પુસ્તક વાંચવું હતું જે મને મળી નહોતું રહ્યું એ મને રઘુવંશી સરે શોધી આપ્યું, એ આપવા જ મને બોલાવેલો". અને બધાં મિત્રો ફરી પાર્ટી કરવામાં લાગી ગયા, અને આદિત્યનો હાથ પોતાની બેગમાં રહેલ ડાયરી પર ફરી રહ્યો હતો.

આજે 'સેવન ઓશન' ટોળી ખુબ જ ગેલમાં હતી. કેન્ટીનમાં બેસીને ગપસપ ચાલી રહી હતી. પ્રોફેસરે એ બે દિવસનાં પ્રવાસની અનાઉન્સમેન્ટ કરેલી.

વનસ્પતિશાસ્ત્ર વિષય અંતર્ગત વન વિભાગની મુલાકાત લેવાની હતી માટે આ ટ્રીપ ગોઠવવામાં આવી હતી.
બધાં ખૂબ ખુશ-ખુશાલ હતા બસ એક શૈલીના મુખ પર ઉદાસી દેખાતી હતી.
"અલી શૈલી, તારા મોઢા પર કેમ બાર વાગ્યા છે?" વૈભવીએ કોણી મારી પૂછ્યું.
"હું ટ્રીપમાં નહીં આવી શકું મારે કંઈ અગત્યનું કામ છે", નિરાશ મને શૈલીએ કીધું અને ત્યાંથી ઊભી થઈ ચાલવા લાગી.

આદિત્ય એ ઘરે જઈને માને કહ્યું કે બે દિવસ ટ્રીપમાં જવાનું છે. તારીખ અને દિવસ સાંભળીને હંસાબેન છડી પડ્યા. "આ તમારા કોલેજવાળા ચૌદસ-અમાસના દિવસે કેમ ટ્રીપ ગોઠવતા હશે અને એ પણ વન-વગડામાં?"

"શું મમ્મી તમે પણ... આ ચૌદશ અમાસ અને ટ્રીપને શું લાગે વળગે? એ લોકો તો થોડી તિથિ તહેવાર જોઈને ગોઠવે? જ્યારે બધાંને અનુકૂળ આવે એ પ્રમાણે ગોઠવતા હોય. અને આમ પણ ક્યાં લાંબે જવાનું છે? એક જ કલાકનો તો રસ્તો છે"

હંસાબેનના મનમાં ફાળ પડી. આદિત્યને ખબર ન હતી પણ હંસાબેનને બરાબર ખબર હતી કે આદિત્યને પેલા ડરાવના સપનાં ચૌદશ-અમાસના દિવસે જ આવતાં હતા. પણ એ કંઈ બોલ્યા નહીં. મનોમન ભગવાનને પ્રાર્થના કરી કે મારા દીકરાનું ધ્યાન રાખજો.

ટ્રીપના દિવસે બધા હસી-ખુશી બસમાં ગોઠવાયા. શૈલીની કમી બધા જ મહેસુસ કરી રહ્યા હતા ઘણું જ મનાવવાની કોશિશ ઉપરાંત પણ શૈલી આવવા તૈયાર ન થઈ અને કારણ પણ ન બતાવ્યું. વન વિભાગ પહોંચ્યા પછી બધાને ગવર્મેન્ટ ગેસ્ટ હાઉસમાં રૂમ અપાયા. આદિત્ય અને સુશાંત એક રૂમમાં હતા. ફ્રેશ થઈને સુશાંત કહે આદિત્યને ચાલ ક્યાં થોડું ફરી આવીએ. અને આસપાસ ચાલતા નીકળી પડે છે.

થોડે આગળ જતા આદિત્યને અચાનક એવું લાગે છે કે એક ઝાડ પાછળ કોઈ છે. એ વડનાં ઝાડને જોઈ એને એવું લાગે છે કે આ ઝાડ મેં ક્યાંય જોયું છે. અચાનક એ થીજી જાય છે અને સુશાંત નો હાથ પકડી લે છે અને પરસેવાથી નાઈ રહે છે. આ તો એ જ ઝાડ છે એને સપનામાં દેખાતું હતું અને એને એવો ભાસ થયો કે એ ઝાડની પાછળ શૈલી હતી.

"અરે આદિત્ય! શું થયું તને અચાનક કેમ આમ..."બોલતા સુશાંત આદિત્યનો જોવે છે. આદિત્ય આંગળી ચીંધીને ઝાડ બતાડે છે અને બોલે છે "ઝાડ... શૈલી... અને બેહોશ થઈ જાય છે.

સુશાંત ને કંઈ સમજાયું નહિ અને એ ડરી પણ ગયો હતો. વૈભવીને ફોન કરી જણાવે છે આખી ટોળી ત્યાં હાજર થઈ જાય છે. પાણી છાંટીને આદિત્યને ભાન માં લાવે છે અને રૂમ પર લઈ જાય છે. ડોક્ટર આવી ઇન્જેક્શન આપે છે અને આરામ કરવાની સલાહ આપે છે. પ્રોફેસરની પરમિશનથી સુશાંત અને વૈભવી આદિત્ય સાથે રહે છે અને બીજા બધાં પ્રોજેક્ટ માટે નીકળે છે.

સુશાંત વૈભવીને આદિત્યના સપનાની વાત કરે છે અને આજના બનાવવાની પણ વિગતવાર વાત કરે છે કે એને ત્યાં ઝાડ પાસે શૈલી દેખાઈ. વૈભવીને માનવામાં નથી આવતું કે શૈલી અહીં

ક્યાંથી હોય? સાંજ સુધી બધાં ફરીને પરત આવે છે. ત્યાં સુધી આદિત્ય પણ ઉઠી ગયો હોય છે. રાતે જમીને બધાં કેમ્પ ફાયર કરે છે. નાચ, ગાન, મસ્તી ચાલુ છે બધાં ખૂબ જ મજા કરી રહ્યા છે. થોડી દૂર નજર જાતા આદિત્યને ફરી એવું લાગે છે કે શૈલી ત્યાં છે અને એને બોલાવી રહી છે. એ પોતાની જગ્યાએથી ઊભો થઈ એ તરફ ચાલી નીકળે છે કોઈનું ધ્યાન નથી, બધાં મસ્તી માં મશગુલ છે. ચાલતાં ચાલતાં આદિત્ય ફરી પેલા જ વડના ઝાડ પાસે પહોંચે છે. અને ત્યાં શૈલીને બેઠેલી જોવે છે.

"શૈલી તું અહીં ક્યાંથી તું તો ટ્રીપ પર નહોતી આવવાની ને?" અચાનક શૈલી એક મોટું અટહાસ્ય કરે છે અને અદ્રશ્ય થઈ જાય છે. આદિત્યને લાગે છે કે પેલા વડની વડવાઈ તેને પકડવા આવી રહી છે એ જે સ્વપ્નમાં જોતો આવ્યો છે એ એની સાક્ષાત થઈ રહ્યું છે.

એક મોટી ચીસ સાથે એ ત્યાં ફસડાઈ પડે છે.

કેમ્પ ફાયર માં મસ્તી કરતા મિત્રોને ચીસ સંભળાય છે અને અચાનક બધું થંભી જાય છે. સુશાંત આસપાસ નજર કરે છે આદિત્ય ક્યાંય નથી. એને ડર લાગે છે કે એ ચીસ આદિત્યની જ હોવી જોઈએ.

સુશાંત વૈભવી નો હાથ પકડીને ખેંચી જાય છે. બંને ભાગીને પેલા ઝાડ પાસે આવે છે. ત્યાં ફરી આદિત્ય એને સવાર જેવી જ હાલતમાં મળે છે ગભરાયેલો અને બેહોશ. બંને તેને ઉઠાવીને રૂમમાં લાવે છે મોઢા પર પાણી છાંટી ઉઠાડવાની કોશિશ કરે છે. આદિત્યના મોઢે બે શબ્દનું રટણ ચાલુ છે, "ઝાડ... શૈલી..." એ ખુબ જ ગભરાયેલો છે.
સુશાંત વિચારી રહ્યો ઝાડનો કેડો તો મળી ગયો કે એ એના સપનાં સાથે જોડાયેલું છે પણ શૈલી ! શું ખરેખર શૈલી ત્યાં હતી કે એનો ભાસ હતો ?

ભાસ થયો હોય તો એકવાર હોય પણ બંને વાર.... શું શૈલી ખરેખર ત્યાં હતી ?

વૈભવી પણ આવું જ કંઈક વિચારી રહી હતી... એના મનમાં હજી એક પ્રશ્નો ઉઠ્યો હતો... આદિત્ય શૈલીના નામનું રટણ કરી રહ્યો હતો શું ખરેખર શૈલી ત્યાં હતી? કે પછી આદિત્ય શૈલીના પ્રેમમાં પડ્યો હતો એટલે એને યાદ કરી રહ્યો હતો?

વૈભવીનું મન અશાંતિ અનુભવે છે. આ અશાંતિ આદિત્ય તરફની ચિંતા છે કે આદિત્યની શૈલી તરફના લગાવની એ પોતે સમજી શકતી નથી. એ વિચારે છે કે ક્યાંક પોતે આદિત્યને પ્રેમ કરવા

લાગી કે....! તુરંત વિચારોને નવી દિશા આપે છે. એ નક્કી કરે છે કે સત્ય વાત શું છે એ પોતે જાણીને જ રહેશે.

વૈભવી સુશાંત સાથે બનાવ વાળી જગ્યાએ જવાનું નક્કી કરે છે. રાત્રે બંને મોબાઇલની ટોર્ચની મદદથી આગળ વધે છે. તમરાઓનો અવાજ તો ક્યાંક દૂરથી શિયાળોની લાળીનો અવાજ રાત્રીના વાતાવરણમાં પોતાની ખાસ અસર ઊભી કરતાં, પગ નીચે કચડાતા સૂકાં પાન પણ કર્કશ અવાજ કરી રહ્યા હતાં.
હજુ થોડે દૂર ગયા કે અચાનક પવન સુસવાટા સાથે ફૂંકાવા લાગ્યો. અચાનક એક મોટો કાળો સાપ આવી ચડ્યો અને ફેણ ચડાવી ઘૂરકવા લાગ્યો. વૈભવીના મોંમાંથી ચીસ નીકળી ગઈ. બંને થરથર ધ્રુજવા લાગ્યાં. એવામાં કંઈક અલગ સુગંધ પ્રસરવા લાગી. સુગંધની અસરથી સાપ તો ગયો પણ ડરનો લીસોટો મનમાં મૂકતો ગયો.

આગળ વધ્યા ત્યાં એક ઝાડ નીચે એક કપલ બેઠેલું દેખાયું. સુશાંત અને વૈભવીને આ સમયે કપલ વિશે કુતુહલ જાગ્યું. એમની નજીક ગયા કપલે પાછું ફરી બંને સામુ જોયું તો સુશાંત અને વૈભવીના હોંશ ઊડી ગયા. શરીર ફેરવ્યા વગર પોતાની તરફ ફરેલો ચહેરો લોહી અને અનેક ઘા થી ખરડાયેલો હતો. એ કપલ એ જ પરિસ્થિતિમાં, "ખતરો છે, ચાલ્યા જાઓ...ખતરો છે ચાલ્યા જાઓ" બોલતું સુશાંત અને વૈભવી તરફ આગળ વધ્યું.

હિંમત એકઠી કરી એકમેકનો હાથ પકડી બંને એ કંઈ પણ વિચાર્યા વગર દોટ મૂકી.

તાકાત રહી ત્યાં સુધી ઊંચા શ્વાસ અને ડર સાથે દોડતા રહ્યાં. થાક લાગ્યો ત્યારે બંને થોડા રોકાયા અને સામે નજર કરી તો કોઈ પડછાયો એના તરફ આવતો દેખાયો. થોડો નજીક આવ્યો એમ એ પડછાયા એ માનવ આકૃતિ ધારણ કરી પણ આ શું ચહેરા પર નાક, કાન કે મોં કંઈ નહીં ફક્ત લોહીના આંસુ નીકળતી આં... ખો..

એ આકૃતિ નજીક આવતી ગઈ એમ વૈભવી અને સુશાંત ડરથી થરથર ધ્રજવા લાગ્યા એ કંઈ વિચારે એ પહેલાં બંને ફરતી જમીનમાંથી આગ એ જ સુગંધ પ્રસરાવતી નીકળવા લાગી જાણે કોઈ સુરક્ષા કવચ હોય. એ આગથી આકૃતિ ચીસો પાડતી ગાયબ થઇ ગઈ અને એ આગ પણ શાંત થઈ ગઈ. બંને એ પાછળ ફરી જોયું તો એ જ કપલ હાજર હતું પરંતુ સંજોગો એવા હતા કે કંઈ સમજાતું નહોતુ.

ભાગવા સિવાય કંઈ સુજતુ પણ ન હતું. બંનેને એ પણ ખ્યાલ નહોતો કે પોતે જંગલમાં આગળ વધી રહ્યાં છે કે પરત ફરી રહ્યાં છે. થોડે આગળ એક માણસ દેખાયો ખુરશી પર બેસી પુસ્તક વાંચતો હતો એને ઊંચી દ્રષ્ટિ કરી તો આ શું..! બંને નવાઇ પામ્યા. આ તો લાઇબ્રેરીના સર જે કોલેજમાં પહેલાં દિવસ પછી દેખાયા

જ નહોતાં. એમને ફક્ત હાથ લાંબો કરી દિશા બતાવી બંને એ એ દિશામાં નજર કરી ફરી પ્રોફેસર તરફ જોયું તો આશ્ચર્ય! પ્રોફેસર ગાયબ!! ખુરશીની જગ્યાએથી ધુમાડો નીકળી રહ્યો હતો. અને હવામાં એ જ સુગંધ પ્રસરી હતી, આશ્ચર્ય અને ડર સાથે હવે શું કરવું એની દુવિધામાં બંને એકબીજા સામે જોઈ રહ્યા અને બંને એ પ્રોફેસરે ચીંધેલી દિશા તરફ જવાનું નક્કી કર્યું.

તમરા અને બીજા ડરાવના અવાજો વધી રહ્યાં હતા. બંને આગળ વધ્યા ત્યાં જોયું તો એ જ ઝાડ જ્યાં આદિત્ય બે વખત બેભાન થઈ પડ્યો હતો. પણ આ ઝાડ તો રેસ્ટ હાઉસ થી નજીક હતું તો આજ આટલું દૂર કેમ? પણ આ બાબત વિચારવાનો સમય જ ક્યાં હતો.

બંને આગળ વધ્યા ત્યાં તો ઝાડ માંથી ડાળ નીકળી બંનેને પોતાની નજીક ખેંચવા લાગી. અક્ષરસ: આદિત્ય કહેતો હતો એવું જ થયું. બંનેના હાથમાંથી મોબાઈલ પણ પડી ગયા. ઝાડ પર બંને લટકવા લાગ્યા. હાથ પગ પણ હલતા ન હતાં. ઝાડની પાછળથી અચાનક એક છોકરી દેખાણી. આ શું! આ તો શૈલી! સાથે એ કપલ પણ !! ધીમે ધીમે ત્રણેના ચહેરાઓ આકાર બદલવા લાગ્યા અટ્ટહાસ્ય કરવા લાગ્યા. સુશાંત અને વૈભવીને સમજાતું નહોતુ વૈભવીને ચક્કર આવવા લાગ્યાં અને એ ચીસ પાડી બેભાન થઈ ગઈ. સુશાંતની પણ કંઈક આવી જ હાલત

હતી. કાપો તો લોહી ન નીકળે જેવી. આટલી ભયંકર હાલતમાં ખુદને સંભાળે કે વૈભવીને સંભાળે? આગળ વિચારે એ પહેલાં તો સુશાંત પણ ત્યાં જ ઢળી પડ્યો.

જ્યારે બંને ભાનમાં આવ્યા તો એક આશ્ચર્યમાં વધારો..
આ તો એ જ સુગંધ જે કાલ રાત્રે હતી.

"પ્રભુ એ જંગલમાં પ્રવેશી ચુક્યો છે."

ભયંકર લાગતા જંગલની વચ્ચે શાંત અને યજ્ઞના પવિત્ર ધુમાડાઓથી ઢંકાયેલા એક ગુપ્ત આશ્રમની સૌથી મુખ્ય ઝૂપડીમાં પોતાના આસન પર, ચાંદી જેવી સફેદ દાઢી અને એવાજ વાળની જટા, કપાળ વચ્ચે ચંદનનું ઊર્ધ્વતિલક અને એની પણ વચ્ચે ત્રીજા નેત્રસમાન કંકુનું તિલક ધારણ કરેલા સૌમ્યમૂર્તિ અને તેજસ્વી એવા સાધનામાં લીન એક તપસ્વીગુરુને એક શિષ્યએ આવીને કહ્યું.
શિષ્યની વાત સાંભળીને શાંત મુખાકૃતિ પર થોડા ચિંતાના ભાવો આવી ગયેલા શિષ્યએ સ્પષ્ટ જોયા.

"અનિષ્ટ તત્વોની મુક્તિનો સમય આવી ગયો છે, તૈયારીઓ શરુ કરો, જલ્દી જ નિમિત્ત અને કાર્ય સાધકનો આશ્રમમાં પ્રવેશ થશે."

ગુરુજીએ પોતાના આસન પરથી ઉભા થતા કહ્યું.

“જી પ્રભુ.”
કહીને શિષ્ય બહાર ચાલ્યો ગયો.

સવાર પડી ગઈ હતી. સુશાંત અને વૈભવી એક ઝૂંપડીમાં હતા. ઝૂંપડીની અંદરનું વાતાવરણ થોડુંક ભયાનક લાગે એવું હતું. એક ટેબલ પર અલગ અલગ તંત્રવિધાની પુસ્તકો હતી, સાથે બાજુમાં જ કાળા રંગના કપડાંમાં લિબુમાં ભરાવેલ ચાકુ, ચોખા, ખોપડી અને વિધિ માટેનું સામાન પડ્યું હતું. એ ટેબલની બીજી બાજુની દીવાલમાં એક મૂર્તિ હતી જે લોહી ખરડાયેલી હોય એવું લાગી રહ્યું હતું, આંખોની આસપાસ કાળું રંગ લાગેલું હતું, મોઢું જાણે કોઈ પશુનું હતું પરંતુ શરીર માનવનું, કપાળમાં, હાથમાં બધે જ ભસ્મ લાગેલી હતી.

ઝૂંપડીની ભયાનકતા જોઈને ગભરાયેલા સુશાંત અને વૈભવી એકબીજા સામે જોઈ રહ્યા હતા. વૈભવીએ સવાલ કર્યો કે
“આ ઝુંપડી કોઈક તાંત્રિકની હોય એવું લાગે છે છતાંય જે સુગંધ જંગલમાં આવી રહી હતી એ પવિત્ર સુગંધ અહીં કેમ આવી રહી છે? અને આપણે અહીં કોણ લાવ્યું?”

એટલામાં રઘુવંશી સર ચાય લઈને આવ્યા, એમને માનવ સ્વરુપમાં જોતા જ સુશાંત અને વૈભવી હેબતાઈ જાય ગયા પણ પ્રોફેસર એમને શાંત પાડતા કહ્યું-
“તમે જરાય ચિંતા ન કરશો અને ડરશો નહીં પહેલા ચા પી લો હું થોડીવારમાં આવું પછી તમને બધું જ સમજાવું છું.”

કેમ્પમાં આદિત્ય અને બીજા મિત્રો સુશાંત અને વૈભવીને શોધી રહ્યા હતાં પણ એ મળતા નથી એટલે આદિત્ય પોતા પર ગુસ્સે થતો હોય છે
“મારા કારણે જ આ બધું થાય છે. અહીં બીજા કોઇથી નહીં પણ મારાથી જ ખતરો છે. હવે બીજા કોઈનું જીવન જોખમમાં મુકાવા નહી દઉં ગમે તે થાય પણ હવે આ જંગલ અને મારા સપનાઓનું રહસ્ય ઉકેલીને જ રહીશ.”
બાકીના બધા મિત્રો પણ એની સાથે જંગલમાં ન આવે એટલે થોડીવારમાં બધાંથી નજર ચોરાવીને એ એકલો જંગલ તરફ નીકળી પડ્યો.

થોડીક વારમાં ઝૂંપડીમાં એજ કપલ આવ્યું જે સુશાંત અને વૈભવીને ઝાડ નીચે દેખાયું હતું. મોબાઈલ ફોન પરત કરીને એ બંને ત્યાંથી જતાં રહ્યા. સુશાંતના મોબાઈલમાં વોટ્સએપની નોટિફિકેશન આવી. કોઈ નવા અને વિચિત્ર નંબર પરથી મેસેજ આવ્યો હતો. જંગલમાં નેટવર્ક તો જાણે ગાયબ થઇ ગયું હતું તો

આ મેસેજ કઈ રીતે આવ્યો? સુશાંત એ વિચારી રહ્યો હતો એટલામાં એ મેસેજમાં આવેલો વિડીઓ અચાનક પ્લે થયો. જેમાં જે ઝાડ પર એ બંને લટક્યા હતા એ જ ઝાડ પર લટકતી અલગ અલગ માનવ આકૃતિઓ, કોઈના હાથ પગ નહીં, કોઈનું માથું નહીં તો કોઈનું ધડ નહીં, એવી વિચિત્ર ખરડાયેલી લથબથ લાશો જોઈને વૈભવી ચીસ પાડી ઉઠી પળભરમાં જ આપોઆપ મોબાઇલ સ્વીચ ઓફ થઈ ગયો. એટલામાં રઘુવંશી સર ત્યાં આવ્યા.

“મને ખબર છે તમારા મનમાં અનેક પ્રશ્નો છે, અને હું દરેકના જવાબ આપીશ. પરંતુ હું જે કહેવા જઈ રહ્યો છું એ કોઈ સામાન્ય વાત નથી. ભલે તમને વિશ્વાસ આવે ન આવે પરંતુ જો તમે આદિત્યને બચાવવા ઈચ્છતા હોવ તો મારી વાત ધ્યાનથી સાંભળજો અને વિશ્વાસ કરજો.”

આદિત્યનું નામ આવતા જ સુશાંત અને વૈભવી બંને એકબીજા સામે જોયું અને આંખોમાં ઈશારો કરતાં પ્રોફેસર સામે ચહેરા પર સ્વીકાર ભાવનાના ભાવ સાથે જોવા લાગ્યા. એ જોઇને પ્રોફેસરના ચહેરા પર મંદ સ્મિત ફરકી ગયું અને એમણે વાત કરવાનું શરુ કર્યું.

“અમે પ્રેતઆત્માઓ છીએ અને તંત્રવિદ્યાની મદદથી માનવસ્વરૂપ પણ ધારણ કરી શકીએ છીએ.”

આટલું બોલતા જ વૈભવી અને સુશાંત બંને ચોંકી ગયા, ભયનો જાણે એક લીસોટો બંનેના શરીરમાંથી પસાર થઈ ગયો. પણ એમની પાસે પ્રોફેસરની વાત સાંભળવા સિવાય કોઈ છૂટકો નહતો એટલે સાંભળ્યા કર્યું.

“હમણાં તમે જેમને જોયા એ આરતી અને નિરંજન છે, એક સમયના પ્રેમી અને ચિત્રકાર. અમે કોલેજમાં સાથે જ હતા. એ લોકોએ પોતાના નવા ચિત્ર બનાવવા માટે નજીકના ગામડાનું કુદરતી વાતવરણ પસંદ કર્યું અને મને જીદ કરીને ત્યાં આવવા કહ્યું હતું. લગભગ આઠ વાગ્યાની આસપાસ અમે ગામડે પહોંચી ગયા. નદીના તટ આગળની એક જગ્યા અમે પસંદ કરી.”

સુશાંત અને વૈભવીએ નોટિસ કર્યું કે પ્રોફેસરની આંખો બંધ થઈ ગઈ હતી અને એ જાણે પ્રત્યક્ષ બધું જોઈ રહ્યા હોય એમ પ્રકૃતિ અને ઘટનાનું વર્ણન કરી રહ્યા હતા.

“બંનેએ ચિત્ર દોરવાની શરૂઆત કરી અને હું વાતવરણની મજા માણી રહ્યો હતો, ત્યાં જ અચાનક એક છોકરીની ચીસ સંભળાઈ. અમે ત્રણે એ દિશા તરફ દોડ્યા. ત્યાં ઝાડ નીચે એક છોકરી જીવન-મૃત્યુ વચ્ચે સંઘર્ષ કરી રહી હતી. એનાં કપાળ ઉપર ભસ્મ અને કંકુ લગાડેલું હતું. એના હાથ-પગ અને ગળા પર અસંખ્ય સોઈ ખુંચાળેલી હતી. અને ગળામાં ફૂલની માળા પહેરાવેલી

હતી. એવું લાગી રહ્યું હતું કે એના શરીર પર કોઈ તંત્ર વિધા કરીને એનું શરીર અહીં છોડી ગયું હોય. એ છોકરી કોઈ બીજી નહીં પરંતુ આપણી શૈલી હતી.”

દીવાલમાં લાગેલી મોટી ઘડિયાળમાં ટકોર થવા લાગી, પ્રોફેસરને ઘડિયાળ જોઈને કંઈક યાદ આવ્યું.
“મારે જવું પડશે, આગળની વાત આવીને કહું.” કહીને ચાલ્યા ગયા.

ઝૂંપડી બહાર સુશાંત અને વૈભવીને મંદિરના ઘંટનો અવાજ સંભળાયો, બંને ત્યાં ગયા. ત્યાં એમને આરતીના ધુપમાંથી એજ સુગંધ આવી જે એમને દર વખતે બચાવતી હતી. એમણે અનુમાન લગાવ્યું કે આ સુગંધ પવિત્ર હોવી જોઈએ, પેલું કપલ અને રઘુવંશી સર પણ પવિત્ર પ્રેતાત્મા હોવા જોઈએ. “પરંતુ શૈલી? શું શૈલીનું ઝાડ નીચે સર્પદંશથી મૃત્યુ થયુ? શું એ પણ એક પ્રેત છે? કે આ લોકોએ એમને બચાવી લીધી હશે?” આવા અનેક પ્રશ્નો સાથે બંન્ને ઝૂપડીમાં પ્રોફેસરની રાહ જોઈ રહ્યા હતા. એવામાં વૈભવીની નજર ટેબલ નીચે ચારેબાજુથી લાલ દોરીથી બાંધેલી એક પેટી પર પડી. વૈભવીએ એ તરફ ઈશારો કરતા સુશાંતે એ પેટી બહાર કાઢી. પેટીના ઉપરના ભાગમાં સંસ્કૃતમાં કંઇક લખેલું હતું, કદાચ મંત્રો હશે સુશાંતે એવો અનુમાન લગાવ્યો. હિમ્મત કરીને દોરીની ગાંઠો ખોલવા લાગ્યા. એક એક ગાંઠ ખોલતા જતા

તેમ કોઈકની ચીસ જાણે એમના એક કાનમાંથી બીજા કાનમાં પસાર થઈ રહી હતી. શરીરના રૂંવાટા ઉભા થઇ જતા હતા. ભયનું લખલખું પસાર થઇ જતું હતું. આંખો સામે ભયંકર દૃશ્યો પસાર થવા લગતા હતા. કોઈકને મારી નાખવામાં આવતા, કોઈકને જીવતા બાળી નાખવામાં આવતા, કોઈકને દાટી દેવામાં આવતા અને અંતે છેલ્લી ગાંઠ વખતે એજ વડનું ઝાડ દેખાયું પહેલાથી પણ વધુ વિકરાળ, મોટું, ભયંકર અને એજ ઝાડની પાછળ ઉભેલી શૈલી. હાંફતા હાંફતા એમણે પેટી ખોલી અને અંદર જે હતું એ જોઇને બંન્નેની આંખો જાણે ફાટેલી રહી ગઈ. ગભરાહટ અને ભયથી સુકાઈ ગયેલા કંઠે વૈભવીએ કહ્યું-
"આનો મતલબ કે શૈલી...!"

"વૈભવી.....સુશાંત....કોઈ છે અહીં...?વૈભવી...?"

આદિત્ય જંગલમાં ફરી એ જ વડના ઝાડ નજીક આવી પહોંચ્યો હતો. દૂર દૂર સુધી કોઈ જ દેખાઈ રહ્યું નહતું. એણે જંગલમાં વૈભવી અને સુશાંતના નામની બૂમો પાડવાનું ચાલુ રાખ્યું. થોડે આગળ જતાં એ વડના ઝાડની એકદમ નજીક પહોંચી ગયો. ફરી સપનામાં આવેલા એ દૃશ્યો એની નજર સમક્ષ ફરવા લાગ્યા એનું શરીર પાણીપાણી થવા લાગ્યું. વડનું ઝાડ જાણે ફરી એજ વિકરાળ સ્વરૂપ ધારણ કરી રહ્યું હતું, વડવાઈઓ એની તરફ

આગળ વધી રહી હતી. અટ્ટહાસ્ય સંભળાવવા લાગ્યું. અચાનક એક ઘેરો અને સ્ત્રૈણ અવાજ સંભળાયો.

"આખરે આવી ગયો તું?...મેં કહ્યું હતું, સૂર્યવંશી..! કરેલા કર્મો હંમેશા ભોગવવા પડે છે. તું નહી તો તારો વંશ ભોગવશે. આજે એ દિવસ આવી જ ગયો." કહીને ફરી એ જ અવાજમાં અટ્ટહાસ્ય સંભળાયું. અંધકાર વધવા લાગ્યો હતો.

"ક..ક..કોણ છે તું? અને શેનું ફળ? મેં કોઈ ખરાબ કામ નથી કર્યું. મ..મ..મારા મિત્રો ક્યાં છે? શૈલી ક્યાં છે?"
શૈલીનું નામ સાંભળતા જ પેલું અટ્ટહાસ્ય જાણે વધુ જોરથી સંભળાવવા લાગ્યું. ધીરે ધીરે એ બિહામણો અવાજ વધતો જ ગયો. આદિત્યે આંખ બંધ કરીને કાન આડા હાથ રાખી દેવા પડ્યા. વડવાઈઓ ફરી આદિત્ય તરફ વધવા લાગી, આદિત્ય જ્યાં ઊભો હતો એના પગ ત્યાં જ જમીનમાં ધસવા લાગ્યા. ધીરે ધીરે એ જમીનની અંદર ધસવા લાગ્યો તેમ તેમ અટ્ટહાસ્યનો અવાજ વધુ ને વધુ તીવ્ર થવા લાગ્યો. આદિત્ય બચવા માટે વલખા મારી રહ્યો હતો. એટલામાં જ એક યુવાન યોગીએ મંત્ર બોલીને પાણી વડવાઈઓ ઉપર છાંટ્યું, પાણી પડતાંની સાથે જ અટ્ટહાસ્ય ચીસમાં ફેરવાઈ ગયું. વડવાઈઓ એકી ઝાટકે જાણે વડમાં સમાઈ ગઈ અને આદિત્ય ઝટકા સાથે જમીનમાંથી બહાર

આવી ગયો. એને શ્વાસ લેવામાં તકલીફ પડી રહી હતી, પેલા યોગીએ એને કમંડળમાંથી પવિત્ર જળ પીવડાવ્યું.
“ચાલો મારી સાથે.”
“આ...આ...આપ કોણ?”
“બધું સમજાઈ જશે, તમે જે સત્કાર્ય અર્થે અહીં આવ્યા છો એ માટે તમારી રાહ જોવાઈ રહી છે. શીઘ્ર મારી સાથે ચાલો, આપના મિત્રો પણ ત્યાં પહોંચતા જ હશે.”

આદિત્ય પાસે યોગીની વાત પર વિશ્વાસ કરવા સિવાય કોઇ રસ્તો નહોતો, એ યોગીની સાથે આશ્રમ તરફ જવા લાગ્યો.

સુશાંત અને વૈભવીએ પેટીની ઉપર બાંધેલા રંગીન દોરાની ગાંઠ છોડવા માંડી. જેમ જેમ ગાંઠ છોડતાં ગયાં તેમ તેમ તેમને વિચિત્ર અનુભવ થવા લાગ્યા. છેલ્લી ગાંઠ છોડતાં જ પેટીની અંદરનું દ્રશ્ય જોઈ બંને ભયભીત થઈ એકમેકને વળગી પડ્યાં. વૈભવી કરતાં સુશાંતની હાલત વધારે ખરાબ થઈ ગઈ. એના મોઢામાંથી અસ્પષ્ટ અવાજ નીકળવા લાગ્યા, "એટલે શૈલી પણ ......" ભયથી એની આંખ જાણે ફાટી ન પડવાની હોય! પેટીમાં ત્રણ માનવ કંકાલ (ખોપડીઓ) લાલદોરાથી બાંધેલી હાલતમાં તેમજ એ ત્રણેય પર લોહી રેડાવવાના કારણે લાલ પડી ગયેલી હાલતમાં હતા અને એ ત્રણેય પાછળ એમના ફોટા હતા જેમાં બે

હતાં પેલા કપલના અને ત્રીજું હતું શૈલીનું. સાથે સાથે એમને કેવી ક્રુરતાથી મારવામાં આવ્યા હતા એના ફોટોગ્રાફ્સ પણ હતા.

વૈભવીએ થોડી હિંમત ભેગી કરી અને સુશાંતની પીઠ પર ધીમે ધીમે હાથ ફેરવવા માંડ્યો. જો કે અંદરથી તો એ પણ ડરી જ ગઈ હતી પણ છતાં મોઢા પર હિંમત દેખાડી સુશાંતને હિંમત આપી રહી હતી. વૈભવીની નજર પાછી પેટીમાં પડી. એક ફોટો અડધો વળેલો હતો એ ફોટો લઈને એણે આખો ખોલ્યો અને એની આંખો જાણે ફાટીની ફાટી રહી ગઈ ભયના કારણે ગળું સૂકવવા લાગ્યું. એ ફોટો બહાર કાઢીને એણે સુશાંતને બતાવ્યો સુશાંતની હાલત પણ વૈભવી જેવી જ થઇ ગઈ.

અચાનક એમને ઝૂંપડી પાસે કોઈનો પગરવ સંભળાયો. બંનેના ભયમાં વધારો થયો. સુશાંતે વૈભવી સામે જોયું અને આંખથી ઈશારો કર્યો વૈભવી એનો ઈશારો સમજી ગઈ. સુશાંતે પેટી ઉપાડી અને વૈભવીએ દોરા ઉપાડ્યા ધીરે ધીરે બંને ઝૂપડીની પાછળ આવેલા બીજા દરવાજાથી બહાર નીકળ્યા અને એ દરવાજાની કડી પર લાલદોરા બાંધી દીધાં. જેવો પગરવ ઘરની અંદર પહોંચ્યો હોય એમ લાગ્યું ત્યારે ઝડપથી હિંમત એકઠી કરીને મેઈન દરવાજાને પણ બહારથી બંધ કરીને એના પર પણ લાલદોરા બાંધી દીધાં અને મુઠ્ઠી વાળીને મંદિરની દિશામાં ભાગવા લાગ્યા. થોડીવાર સુધી એમને ઝૂંપડીમાંથી “મને બહાર કાઢો...”

"આ તમે ખોટું કરી રહ્યાં છો..." "પસ્તાશો..." જેવા અવાજો સંભળાતા રહ્યાં. ધીરે ધીરે એ અવાજ બંધ થઇ ગયા. બંને એક જગ્યાએ શ્વાસ લેવા ઊભા રહ્યાં. ત્યાં ફરી એ પવિત્ર સુગંધ આવી. બંને એ આજુબાજુ જોયું ઝાડ અને સૂકા પાંદડા સિવાય કંઈ ન હતું. સુશાંતે પાછળ જોયું તો અચનાક એક યુવાન તેજસ્વી યોગી ઊભો હતો. સુશાંત ઝબકી ગયો.
"ગભરાશો નહીં, મારી સાથે ચાલો."

"આપ કોણ?"
વૈભવીએ પૂછ્યું.

"અત્યારે મારો પરિચય મહત્ત્વનો નથી પરંતુ અંધકાર છવાય એ પહેલાં આપનું આશ્રમ પહોંચવું અગત્યનું છે. આપનો મિત્ર પણ ત્યાં જ છે."

"આદિત્ય..?"
સુશાંતે આશ્ચર્ય સાથે પૂછ્યું.

"જી, કારણો પૂછવામાં સમય ન વેડફો ત્યાં તમને બધું સમજાઈ જશે. ઝડપથી ચાલો."
આદિત્યનું નામ સાંભળીને બંનેને હાશકારો અને આશ્ચર્ય એક સાથે થયા, સાથે સાથે ઘણા પ્રશ્નો પણ ઉદભવ્યા પરંતુ અંધકાર

વધતો હોવાથી એ પ્રશ્નો પૂછવામાં સમય પસાર કરવો યોગ્ય ન લાગ્યો. બંને યોગીની સાથે આશ્રમ તરફ જવા લાગ્યા.

"તમે જે કરવા જઈ રહ્યાં છો એ સૃષ્ટિથી વિરુદ્ધ છે સૂર્યવંશી. આનું ભયંકર પરિણામ આવશે જે તમારા વંશને આગળ ભોગવવું પડશે."

"વંશ આગળ વધે એ માટે જ હું આ વિધિ કરવા જઈ રહ્યો છું ગુરુજી. નિઃસંતાન પણાનું દુઃખ શું હોય એ આપ નહીં સમજી શકો અને એ દુઃખ મારા દીકરા અને વહુ ભોગવે એ હું નથી ઈચ્છતો."

ભીમાશંકર સૂર્યવંશીએ દૃઢ અવાજે કહ્યું.

"પોતાનો વંશ વધારવા ત્રણ નિર્દોષ માનવોની બલિ આપવી કેટલે અંશે યોગ્ય છે? એ યુગલને છેતરામણથી અહીં લાવીને એમની હત્યા આપને શોભા નહીં દે અને પેલી કિશોરી તો આપની શિષ્યા છે...એની હત્યા કરશો?"

"હું યોગ્ય અયોગ્ય જાણવા કે પરવાનગી લેવા આપની પાસે નથી આવ્યો. તમે મને એ વિધિમાં રક્ષણ આપશો કે નહીં એ પૂછવા આવ્યો છું."

"કદાપી નહીં અને જ્યાં સુધી આપ મારા શિષ્ય છો ત્યાં સુધી હું એ દુષ્કર્મ તમને કરવા પણ ન દઉં"

"તો આજથી હું તમારા શિષ્ય પદનો પણ ત્યાગ કરું છું. આ રહ્યાં આપના રુદ્રાક્ષ." ભીમાશંકર સૂર્યવંશીએ ગળામાંથી રુદ્રાક્ષની માળા કાઢતા કહ્યું.

"આ માત્ર રુદ્રાક્ષ નથી તમારું કવચ છે. આ ઉતરતાની સાથે જ આપે તંત્ર માર્ગમાં કરેલી બધી જ ભૂલો એક સાથે આપની સમક્ષ આવીને ઊભી રહેશે."

"હું મારું રક્ષણ કરી શકું એમ છું. મને તમારા કવચની કોઈ આવશ્યકતા નથી. હું જઈ રહ્યો છું મારું કાર્ય કરવા. મારા માટે મારા જીવથી વધુ મારો વંશ આગળ વધે એ મહત્ત્વનું છે. મને રોકવાનો પ્રયાસ ન કરજો."

તપસ્વી ગુરુએ આંખો ખોલી. આખો પ્રસંગ જાણે તપસ્વી ગુરુની આંખ સામે ફરીવાર ફરી વળ્યો. ભીમાશંકર સૂર્યવંશીને રોકી ન શકવાનો ખેદ એમના મુખ પર સ્પષ્ટ દેખાઈ રહ્યો હતો. મુશ્કેલીઓ વેઠીને સુરક્ષિત આશ્રમમાં પહોંચી આવેલા આદિત્ય સામે એમણે આશાભરી અને હિંમતભરી નજરે જોઇને કહ્યું.
"સત્કાર્યનો કરવાનો સમય આવી ગયો છે, તૈયારીઓ શરુ કરો."

લોહીલુહાણ હાલતમાં આદિત્ય કણસી કરી રહ્યો હતો.ચારે બાજુ ધુમ્મસ અને અંધકાર છવાયેલા હતા.આદિત્ય જેમ ઊભા થવા

માટે પ્રયાસ કરતો તેમ ને તેમ એના પર વધુ વજન લાદવામાં આવી રહ્યું હોય એવું એ અનુભવી રહ્યો હતો. ધીરે ધીરે એની આંખો બંધ થવા લાગી. તંદ્રાવસ્થામાં એણે એક ઘેરો અવાજ સાંભળ્યો.

"મારા પાશમાંથી મુક્ત થવું એટલું સહેલું નથી. કદાચ તે તારી અંદર રહેલી પ્રેત શક્તિઓ ઉજાગર કરી હોત તો તું મારી સમક્ષ ઊભો રહી શકત. મારા વિરુદ્ધ તારું કંઇ અસ્તિત્વ નથી.

ભયંકર અટ્ટહાસ્ય સાથે અવાજ બંધ થઇ ગયો. આદિત્યએ લકી, વીકી, પ્રમેય અને વૈભવીની ચોખો સાંભળી. ત્યાં શું થઇ રહ્યું હતું એનું ભાન આદિત્યને હતું પણ પોતે કઈ કરી શકે એમ ન હતો.

"ભીમાશંકર સૂર્યવંશીની આત્મા ને મુક્તિ મળી નથી, એમના મિત્રએ એમની આત્માને બંદી બનાવીને સંતાડી રાખી છે, નક્કી કોઈ કળશમાં જ છુપાવી હશે. સુશાંત તારે જીવના જોખમે પણ એ કળશ અહી લાવવો પડશે. એમને મુક્ત કર્યા પછી જ બાકી પ્રેતોને મુક્ત કરી શકાશે. ઝડપથી એ કળશ શોધી લાવ."

તપસ્વીગુરુએ સુશાંતને આદેશ આપતા કહ્યું. સુશાંત આશ્રમમાંથી બહાર જવા લાગ્યો. આશ્રમના દ્વાર પર જ એને બાકીના મિત્રો મળ્યા. દ્વાર પર જ બધાને મળીને સુશાંતે ટૂંકમાં બધાને આખી વાત સમજાવી. વિષયની ગંભીરતા સમજતાં

બધાંએ થોડી મૈત્રી સભર ટીખળ સાથે જેમ આશ્રમના ગુરુ કહે એમ કરવા માટે મંજુરી દર્શાવી.

સુશાંત ઝૂંપડી પાસે પહોચ્યો. દરવાજા તૂટેલી હાલતમાં હતા. હિંમત એકઠી કરીને એ અંદર પ્રવેશ્યો અને ઝડપથી કળશ શોધવા લાગ્યો.

“તું કદાચ આ શોધી રહ્યો છે.”
અચાનક એના કાને રઘુવંશી સરનો આવાજ પડ્યો. એમના હાથમાં એક નાનકડી પેટી હતી જેમાં લાલ કાપડથી બંધાયેલા મોઢા વાળું કળશ હતું. સુશાંતને ધ્રાસકો પડ્યો. એણે નજીકમાં પડેલી છરી ઉપાડી અને રઘુવંશીસર સામે ફેરવીને કહ્યું

“તમને બહાર કોણે કાઢ્યા અમે તો...”

“લાલ દોરા દરવાજે બાંધ્યા હતા...એ દોરામાં અનિષ્ટ શક્તિઓને રોકવા માટે મારું બનાવેલું જ એક કવચ હતું, મારા કવચને તોડવું મારા માટે ક્યાં અશક્ય છે?”
સુશાંતની વાતને વચ્ચે અટકાવતાં રઘુવંશીસરે કહ્યું.
“આગળ ન આવજો, તમારી હરકતો અનિષ્ટ તત્વો કરતાં પણ જાય એવી છે. મને બધી ખબર પડી ગઈ છે કેવી રીતે તમે તમારા મિત્રો અને શૈલીને મારીને એમને પ્રેત બનાવ્યા.”

સુશાંતે રઘુવંશીસરને નિરર્થક રીતે ધમકાવતાં કહ્યું

"મતલબ તું આશ્રમે પહોંચી ગયો."

"હા અને સત્ય જાણી ગયો. આ કળશ મને આપી દો, આજે તપસ્વીગુરુ બધાં પ્રેતોને મુક્તિ આપી દેશે જેની શરૂઆત તમારા વશમાં રહેલી ભીમાશંકરની આત્માથી થશે."

"ભીમાશંકરની આત્માને કોઈ વશ ન કરી શકે એટલા માટે જ મેં એમને આ કળશમાં પૂરી રાખ્યા છે. તપસ્વીગુરુ પોતે આ આત્માને વશ કરવા ઈચ્છે છે એટલા માટે આ કળશ ત્યાં મંગાવ્યું છે."

"એ બધાંને મુક્ત કરવા ઈચ્છે છે, ભૂલ ભીમાશંકર સૂર્યવંશીની હતી, પોતાનું વંશ આગળ વધારવા માટે નિર્દોષ વ્યક્તિઓની બલિ ચઢાવી દીધી."

"પણ ભીમાશંકરને એ વિધિ શીખવાડી કોણે? એ કોના શિષ્ય હતા? કોની પાસે તંત્ર વિધા શીખ્યા? અધૂરું સત્ય સંભળાવ્યું છે તને પેલા ઢોંગી એ. આખી વાત શું છે એ માત્ર હું જાણું છું." સુશાંતને રઘુવંશીસરની વાતમાં તથ્ય લાગ્યું, એણે છરી નીચે નમાવીને કહ્યું.

"શું છે આખી વાત?"

રઘુવંશીસર સુશાંતને શાંત થયેલો જોઇને અંદર આવ્યા અને આખી ઘટના સંભળાવી.

ભીમાશંકર સૂર્યવંશીએ બલિ નહોતી ચઢાવી. એ દુષ્કર્મના નિમિત્ત બન્યા. વાસ્તવમાં તપસ્વીગુરુએ એમને એવું કરવા માટે પ્રેર્યા કારણકે એ પછી જે શક્તિશાળીનો જન્મ થાય એને એ પોતાના વશમાં કરી શકે. આશ્રમથી બહાર જતી વખતે ભીમાશંકરે ગુરુ અને અન્ય એક યોગી વચ્ચેની વાત સાંભળી લીધી હતી. જેમની બલિ ચઢાવવાનું નક્કી થયું હતું એમને એ આશ્રમથી દૂર લઇ જઈ રહ્યા હતા પરંતુ તપસ્વીને એનો ખ્યાલ પડી ગયો અને એમણે પોતાના યોગીઓ મારફતે એમની હત્યા કરાવી નાખી. રઘુવંશીસરે છૂપીને આખી ઘટનાના ફોટોગ્રાફ્સ લઇ લીધા હતા. એમણે પોલીસ ફરિયાદ કરી પણ એમની વાત સાબિત ન થઈ શકી કારણકે કોઈના શબ ન મળ્યા. રઘુવંશી સરને ખ્યાલ પડી ગયો કે આ તપસ્વીગુરુ આત્માઓનો બંધક છે. એમણે પોતે ભીમાશંકર પાસેના પુસ્તકોમાંથી એ વશીકરણની વિધિ જાણી અને મહામહેનતે ત્રણેયની આત્માને વશ કરી લીધી પણ ભીમાશંકરની આત્મા વશ ન થઈ એટલે એને કળશમાં બંદી બનાવી લીધી.

"આ છે સંપૂર્ણ સત્ય. આદિત્ય ક્યાં છે, એને તપસ્વીથી દૂર રાખવો પડશે."

"એ તો આશ્રમમાં છે."
રઘુવંશી સરને ફાળ પડી.

"ચાલ જલ્દી, કોણ જાણે ત્યાં શું થઈ રહ્યું હશે."

સુશાંતના ગયા પછી યોગીઓ દ્વારા બધાંને સ્નાન અને ભોજન કરાવીને કાળા કપડાં પહેરાવવામાં આવ્યા. આદિત્યને એક અલગ ઝૂંપડીમાં ધ્યાન કરવા કહ્યું. થોડીવારમાં આદિત્યએ બારીમાંથી જોયું તો એના બધાં જ મિત્રોને એક જગ્યાએ બાંધીને રાખવામાં આવ્યા હતા. તપસ્વીગુરુના મંત્રોચ્ચારને કારણે બધા સંમોહિત થઇ રહ્યા હતા. એમની આસપાસ રહેલી વસ્તુઓ અને શસ્ત્રો જોઇને આદિત્યને સમજાઈ ગયું કે શું થઇ રહ્યું છે એણે ધક્કા મારીને દરવાજો તોડ્યો અને ઝડપથી દોડીને તપસ્વીગુરુને લાત મારી. તપસ્વી થોડે દૂર જઈને પડ્યા સંમોહન તૂટતાં જ બધાં જાગૃત થયા અને મુક્ત થવા માટે વલખાં મારવાં લાગ્યા. આશ્રમના અન્ય યોગીઓએ આવીને આદિત્યને ખૂબ માર માર્યો, પણ આદિત્ય હિમ્મત ન હાર્યો, લોહીલુહાણ થવા છતાં તેણે તપસ્વીની સામે રહેલા યજ્ઞકુંડ ઉપર મોટો પત્થર ફેંક્યો અને યજ્ઞકુંડ તૂટી ગયો. જેનાથી ક્રોધે ભરાયેલા તપસ્વીએ માત્ર

આંખનો ઈશારો કરતાં આદિત્ય આશ્રમની બહાર ફેંકાઈ પડ્યો. તપસ્વીએ મંત્ર બોલીને એક ફૂંક મારી એટલામાં આદિત્યના હાથ પગ બંધાઈ ગયા અને એ બેભાન થવા લાગ્યો.

જે ઈશ્વર સમાન લાગ્યા હતા એ રાક્ષસ બની ગયા. જે આશ્રમ દિવસના ભાગમાં કરુણા અને શાંતિનું પ્રતિક હતું એજ આશ્રમ રાત પડતાં જ અનિષ્ટ તત્ત્વોનું કેન્દ્રસ્થાન બની જતું. આદિત્ય બેભાન અવસ્થામાં પડ્યો હતો અચાનક એને કોઈકના હાથનો સ્પર્શ થયો એક અલૌકિક સુગંધ આવી એ ભાનમાં આવ્યો એણે આંખો ખોલી તો સામે ભીમાશંકર સૂર્યવંશી ઊભા હતા.

“બેટા, ખૂબ હિમ્મત વાળો છે તું, બિલકુલ મારા જેવો, પણ આ અનિષ્ટ શક્તિઓ સામે તારી હિંમત ટકી નહીં શકે હું મારી સાધના શક્તિ તને આપું છું એ તારી મદદ કરશે.”
તરત જ ભીમાશંકરમાંથી પીળા રંગની ઊર્જાઓ આદિત્યના શરીરમાં ઉતરવા લાગી, આદિત્યને પોતાના શરીરમાં નવી શક્તિ અને સ્ફૂર્તિનો અનુભવ થયો, અચાનક એના મોઢામાંથી કોઈક મંત્રો સરવા લાગ્યા, આટલીવારથી જે વજન એના શરીરને દબાવી રહ્યું હતું એ એકઝાટકે ગાયબ થઇ ગયું, આદિત્યએ પોતાના બંને હાથ ખોલ્યા અને એ સાથે જ પાશનું બંધન પણ જાણે તૂટી ગયું. ભીમાશંકર હજી ત્યાં જ હતા.

“જા, બેટા..આ અનિષ્ટતાનો નાશ કર, તારી અંદર ગજબ શક્તિઓ રહેલી છે એને ઓળખ પણ યાદ રાખજે બધું જ પૂરું થઇ ગયા પછી મારી જેમ આ તંત્ર માર્ગ તરફ ન વળતો. આનું શું પરિણામ આવે છે તે તારી આંખો જોયું છે. જા અને મારી સાથે બધા જ પ્રેતોને મુક્તિ આપ.”

ભીમાશંકર અદૃશ્ય થઇ ગયા. અંધકાર અને ધુમ્મસ પણ ગાયબ થઇ ગયા. આદિત્યએ થોડે દૂર સુશાંત અને રઘુવંશીસરને ઊભેલા જોયા એમના હાથમાં એક કળશ હતો જેનું મોઢું ખોલી નાખવામાં આવ્યું હતું. આદિત્યે એમની સામે હિંમતભરેલું સ્મિત આપ્યું અને આશ્રમની અંદર પ્રવેશ્યો.

આદિત્યના આશ્રમમાં પગ મુકતાની સાથે અન્ય યોગીઓ આદિત્યને રોકવા આવી રહ્યાં હતા. આદિત્ય સતત કંઈક મંત્રોચ્ચાર કરી રહ્યો હતો જેને કારણે માત્ર હાથના ઈશારા માત્રથી રોકવા આવતા યોગીઓ દૂર જઈ પડવા લાગ્યા. તપસ્વીગુરુનો ક્રોધ હવે સીમા પાર કરી ચુક્યો હતો. વિધિ અધુરી મુકીને એ ઊભા થયા અને આદિત્યની તરફ ત્રિશુલ લઈને દોડ્યા. આદિત્યે એમનો ઘા ચૂકવ્યો. આદિત્ય એમની તરફ ફર્યો એને જોઇને તપસ્વીના મોઢામાંથી શબ્દો સરી પડ્યા..

“ભીમાશંકર...?”

આદિત્યની આંખોની ચમક અચાનક ફેરવાઈ ગઈ. બંને હાથ હવામાં ઊંચા કરીને મંત્રોચ્ચારની સાથે નીચે તરફ કરતાં જ તપસ્વીના શરીર પરથી બધી જ માળાઓ તૂટીને વેર વિખેર થઈ ગઈ. પોતાનું કવચ તૂટી પડતાં તપસ્વીના ચહેરા પર ભય દેખાવવા લાગ્યો. છતાં ગુસ્સો હજી યથાવત હતો એમણે ફરી ત્રિશુલ ઉપાડીને આદિત્ય તરફ દોટ મૂકી આદિત્યએ એમનો ત્રિશુલ છીનવી લીધો અને તપસ્વીને ગળાથી પકડીને ઊંચા કર્યા, તપસ્વીએ આદીત્યને લાત મારીને પોતાને છોડાવ્યો. તપસ્વીને ભાન થયું કે એ આદિત્ય સામે ટકી નહીં શકે એ ભગવાનો પ્રયાસ કરી રહ્યા હતા પરંતુ ત્યારેજ આદિત્ય વીજળી વેગે એમની નજીક આવી ગયો.

“અંતિમ પ્રણામ સ્વીકાર કરો ગુરુજી...”

કહીને આદિત્યએ ફરી એમને ઉપાડીને દૂર ફેંક્યા, તપસ્વી વિધ્વંસ થએલા યજ્ઞકુંડમાં જઈ પડ્યા. એમનું આખું શરીર બળવા લાગ્યું એમની ચીખો જંગલની શાંતિને વેરવિખેર કરવા લાગી. ધીરે ધીરે અગ્નિ સાથે એમની ચીખો પણ શાંતિમાં ફેરવાઈ ગઈ. એમના શરીરમાંથી અનેક કાળારંગની ઊર્જાઓ બાહર આવીને આકાશ માર્ગે જવા લાગી. સુશાંત અને રઘુવંશીસરે બાકી બધાને છોડાવ્યા. યુગલ અને શૈલી આદિત્યની સમક્ષ આવીને ઊભા રહ્યા. શૈલીએ કહ્યું

“થેંક્યું આદિત્ય તે આજે અમને મુક્તિ અપાવી. અમારી હત્યાનો પ્રતિશોધ પૂરો કર્યો હવે તને ભયાનક સપનાઓ નહીં આવે. એ સપનાઓ, જંગલમાં બનેલી ઘટનાઓ એ બધો જ માયાજાળ (રઘુવંશીસર સામે ઈશારો કરતા) અમારો બનાવેલો હતો તને અહી સુધી લાવવા માટે. પ્રેતત્ત્વમાંથી મુક્તિ મળતાંની સાથે અમારા રચેલા એ માયાજાળનો પણ અંત આવી ગયો છે.”

“ખોટા કાર્યમાં વાપરવામાં આવતા તંત્રથી કોઈનું ભલું થયું નથી. મારા દાદાજીની ભૂલ બદલ હું ક્ષમા માંગું છું.”
કહીને આદિત્યે એમની સામે હાથ જોડયા. તરતજ એ ત્રણેય અને રઘુવંશીસર પણ એક સ્મિત સાથે ઓઝલ થઇ ગયા.

“યાર માંડ માંડ ગ્રુપમાં એક છોકરી બ્યુટીફૂલ આવી, પણ એય જતી રહી. હે ભગવાન મારું, સિંગલપણું ક્યારે છૂટશે...?”
પ્રમેયની વાતથી વાતારવણમાં હળવાશ ભળી ગઈ બધા એની મજાક ઉડાડતા ઉડાડતા આશ્રમથી બહાર આવી ગયા. આદિત્યના મનમાં હજી તંત્ર ક્યારેય ન કરવા માટેના દાદાજીના શબ્દો ફરી રહ્યા હતા.

“આદિત્ય....શું કરે છે બેટા હવે ઊંઘી જા...”
આદિત્યએ ફટાફટ દરવાજો ખોલ્યો.

“હા મમ્મી, લાસ્ટ ચેપ્ટર વાંચી લઉં એકઝામ્સ આવે છે.”

“ઓકે, જ્યારથી જંગલથી આવ્યો છે ત્યારથી રોજ મોડી રાત સુધી વાંચ્યા કરે છે, જલ્દી ઊંઘી જજે.”

હકારમાં માથું ધુણાવીને આદિત્યએ દરવાજો બંધ કર્યો અને પોતાના રૂમના ખૂણામાં દોરેલા ષટકોણમાં વચ્ચે જઈ બધાંથી છૂપાવીને પોતા પાસે સાચવી રાખેલી દાદાજીની ડાયરી હાથમાં લઈને બેસી ગયો.

“હવે જલ્દી કામ પૂરું કરવું પડશે.”
વિચારીને એ આંખો બંધ કરીને મંત્રોચ્ચાર કરવા લાગ્યો.

સમાપ્ત

******

ભાલોડિયા શિલ્પા "નવ્યા"

વાંચન અને લેખન મારા શ્વાસ છે, સહિયારી વાર્તા લખવાનો આ મારો પ્રથમ પ્રયાસ છે અને હોરર લખવાનો પણ.

ચેતના ભાટિયા

એક શિક્ષક, એક કલા અને પ્રકૃતિ પ્રેમી, અંગ્રેજી, હિન્દી અને ગુજરાતી 3 અલગ અલગ ભાષાઓમાં લખે છે, તેમણે લગભગ 43 રાષ્ટ્રીય અને આંતરરાષ્ટ્રીય સહિયારી પુસ્તકો માં યોગદાન આપ્યું છે. તેઓ 10 સહિયારી પુસ્તકોના સંપાદક છે અને મહત્વાકાંક્ષી લેખકોને પ્લેટફોર્મ આપવા અને તેમની માતૃભાષાને જીવંત રાખવા માટે કામ કરે છે.

જાગૃતિ કૈલા, "ઊર્જા"

મોરબી નિવાસી, એક શિક્ષક, સાહિત્ય ક્ષેત્રે વિદ્યાર્થીની. લેખન વાંચનનો શોખ. ટૂંકીવાર્તાઓ લખવી વધુ ગમે. જીવનમાં એક સુપ્રસિદ્ધ નવલકથા લેખનની અભિલાષા.

સૌરભ જોષી

હું સૌરભ જોષી,આદિપુર-કચ્છ રહું છું અને મુખ્યત્વે શાયરી,કવિતા,કવોટ્સ લખું છું. વિવિધ વર્તમાન પત્રો અને ઇ મેગેજીનમાં મારી રચનાઓ પ્રકાશિત થતી રહે છે. મારી કો-ઓથર તરીકે અત્યાર સુધી 11 બુક પ્રકાશિત થઈ ચૂકી છે.

શોભા કિશોરભાઈ મિસ્ત્રી

નિવૃત્ત શિક્ષીકા, હાલ અનેક સાહિત્ય ગ્રુપ સાથે જોડાયેલી છું, જ્યાં ગુજરાતીમાં અક્ષય ઉપનામથી ગધ લેખન કરું છું.

અંકિત રાજેન્દ્રભાઈ જોષી

"ભુજ-કચ્છ
વ્યવસાય:- કર્મકાંડ, જ્યોતિષ
શોખ:- વાચવું, લખવું યાત્રાઓ કરવી"

"અતરંગી"

સહલેખક

૧) રૂપલ મહેતા "રૂપ"

૨) કિરણબેન બી. શર્મા "પ્રકાશ"

૩) ધ્વની એમ. પટેલ " શ્રી"

૪) મકવાણા આશા ગાંગાભાઈ

૫) લતાબેન ચૌહાણ "સોનાવેલ"

૬) જાગૃતિ કૈલા "ઊર્જા"

"અતરંગી"

અંકિતા નરીમાન પોઈન્ટ પર એકલી બેસી દરિયાની ઉછાળને જોઈ રહી હતી. એની અંદર ભરતી ઓટ ચાલી રહી હતી. મુંબઈની ભાગદોડ ભરી જિંદગી આસાન નથી. અંકિતા રાજકોટ શહેરમાંથી આવી હતી. તે મેડિકલ કોલેજમાં અભ્યાસ કરતી હતી. તે પહેલેથી હોશિયાર. એક બહેન રિન્ની. તે લોકો બહુ પૈસાદાર ન હતાં. તેના પપ્પા મમ્મી બંને ડોક્ટર.. બંને સેવાભાવી. ત્યાંની સંસ્થા દ્વારા તેમને સેવા માટે જોબ મળી ગઈ હતી. દીકરીઓને સારું ભણતર આપી એમને પગભર બનાવવા માટે બંને જણાં ખુબ મેહનત કરી રહ્યા હતા.

અંકિતા હવે છ મહિનામાં અભ્યાસ પૂરો થતાં જોબ પર જશે.. બધું બરોબર હતું ત્યારે જ એની જિંદગીમાં આરવનું આગમન થયું હતું. આરવ એકવાર એની કોલેજ બહારથી પસાર થતો હતો. કોલેજમાં લેઈટ થવાના કારણે ભાગી રહેલી અંકિતા આરવની કાર સાથે ટકરાઈ હતી.. બેભાન થઈ ગઈ હતી. આરવ ગભરાઈ ગયો હતો તેને હોસ્પટલ લઈ ગયો હતો..તેની કેર કરી હતી. તે પછી બંને વચ્ચે દોસ્તી વધતાં પ્રેમ થયો હતો. આરવ ખુબ જ પૈસાદાર હતો. ગર્ભશ્રીમંત ખાનદાન હતું. તે મોટા ભાઈ અને મોટી બહેનના લાડ સાથે મોટો થયો હતો. ઘરમાં સૌથી નાનો હતો.

મુંબઈના નેપિસિયન્સ રોડ પર તેમનો વિશાળ બંગલો હતો. ઘરમાં બધાં માટે ડ્રાઇવર સહિત કાર હતી. ભાઈ બહેન બંને પરણી ગયા હતા હવે તેનો જ વારો હતો. તે અંકિતાને ખુબ પ્રેમ કરતો હતો. અંકિતાને પોતાના ઘરે ત્રણ ચાર વાર લઈ પણ આવ્યો હતો.. પપ્પા સિવાય બધાંને મળવ્યા હતા. તેના પપ્પા ભવાનભાઈ એકદમ કડક હતા.. એમની રીતે બધું નિયમથી થવું જોઈએ. એ જેમ કહે તેમ જ થવું જોઈએ. ઘર વ્યવસાય બંને પર તેમનો હોલ્ટ હતો. ઘરના માણસોના જીવનમાં શું ચાલતું તેનાથી અજાણ હતા. મોટી મોટી પાર્ટીમાં હાજર રહેવાનું, પાર્ટીઓ આપવાની સાથે બિઝનેસ મેળવવાનો પ્રયાસ કરવામાં સફળ રહ્યા હતા.

અંકિતા ટૂંક સમયમાં સર્જન બનવા જઈ રહી હતી.. તે હર્દયથી નબળા લોકોને નવું જીવન આપવા માટે સજ્જ હતી. પોતે કઠોર પરિશ્રમ કરીને અહીંયા સુધી પહોંચી હતી. લાગણી ધરાવતા એના હૃદયમાં આરવે સ્થાન લઈ લીધું હતું.

આરવ જ્યારે અંકિતાને ઘરે લઈ આવતો ત્યારે તેની બહુ ખીચાઈ થતી હતી. તેનો ભાઈ રાજ અને ભાભી રશ્મિ નાના ભાઈની લવસ્ટોરી મજેદાર બનાવી રહ્યા હતા. બંને વચ્ચે નોકજોક, મજાક મસ્તી ચાલતી તેમાં ભાભી પણ ભાઈને સપોર્ટ કરતી. મમ્મી તો ખુશ ખુશ થઈ ગઈ હતી. અંકિતાના મમ્મી પપ્પાને મળવા માટે લઈ આવજે તેવું પણ કહ્યું.

ઘણીવાર અંકિતા આરવ સાથે વાત કરતી,
"આરુ તારું ઘર ક્યાં મહેલ જેવું... અમારું તો ત્રણ રૂમનો ફ્લેટ. તારા ઘરના બધાંનો સ્વભાવ મળતાવડો છે પણ તારા પપ્પાનો મને ડર લાગે છે.

આરવ, "અરે નહિ નહિ..તું વધુ પડતું વિચારે છે.. કોઈ એવી વાત નથી. મારી ખુશીમાં સામેલ બધાં ખુશ છે. તું ડોક્ટર, તારા પપ્પા, મમ્મી પણ ઉમદા કાર્ય કરી રહ્યા છે. ડોક્ટરને ભગવાનનો દરજ્જો આપવામાં આવ્યો છે. કાલે હું પપ્પાને વાત કરવાનો છું બસ એ હિમંત આવી જાય.. બધું બરાબર રહે.

અંકિતા, "હમમ બધું બરાબર જ થશે.. આપણાં પ્રેમ પર ભરોસો છે મને."
બંને છૂટા પડ્યા..
દિવસ આખો અંકિતા આરવ અને એના પપ્પા વચ્ચે શું વાત થશે તેના વિચારોમાં બેચેન હતી.

આજે આરવ ઘરમાં તેના પપ્પા સાથે તેમના સંબંધની, પ્રેમની વાત કરવાનો હતો. રાત્રે નરીમાન પોઈન્ટ પર નવ વાગે આવવાનો હતો. સાડા નવ થવા આવ્યા તે ક્યાંય દેખાતો નહતો.
શું થયું હશે? તેના પપ્પા ગુસ્સે થયા હશે? અમારો સંબંધ નહિ સ્વીકાર્યો હોય? અંકિતા જાત જાતની અટકળો કરી રહી.

લગભગ રાતના અગિયાર વાગે અંકિતા જતી હતી ત્યારે જ આરવનો ફોન આવ્યો કે હું આવું છું.
એના અવાજ પરથી અંકિતાને કોઈ અમંગળ થયું હશે તેવા ભણકારા લાગી રહ્યા હતા.
તે આતુરતા પૂર્વક આરવની રાહ જોઈ રહી.

આરવ આવ્યો. ખૂબ ઉદાસ ચેહરે અંકિતા પાસે બેસયો. એકસામટા હજાર પ્રશ્નો અંકિતાના મગજમાં ગડમથલ કરી રહ્યાં. તે બોલી રહી. "શું થયું? કેમ ઉદાસ છે? આપણો સબંધ ન સ્વીકાર્યો? તમે બહુ પૈસાદાર લોકો, એની સામે મારા મમ્મી પપ્પા કંઈ ન કેહવાય. તે વાત વચ્ચે આવી?"

"નહિ નહિ અંકિતા! પપ્પાએ તો મારી ખુશી એમાં જ એમની ખુશી.. તે આપણા સબંધને આશીર્વાદ આપશે તે પહેલાં તેમની એક શરત છે."

અંકિતા: "શું? શું શરત છે?"
આરવ: "એ જ કે તારે ડોક્ટરનો અભ્યાસ છોડવો પડશે તો જ લગ્ન કરાવી આપશે.. તેમના મતે આટલો બધો વ્યવસાય, રૂપિયા પ્રોપર્ટી બધુંજ છે તો એમની વહુ નોકરી કરવા શું કરવા જાય!"

અંકિતા: "ઓહ..! આરવ આતો મારું અસ્તિત્વ મિટાવી દેવાની વાત છે. હવે એમણે એમનો નિર્ણય જણાવી દીધો. એક નિર્ણય આપણે લઈ લઈએ."

આરવ અંકિતાનાં મુખ પર આવતાં જતાં એક પછી એક ભાવોને વાંચવા પ્રયત્ન કરવા લાગ્યો. તેને અંકિતાની વાત સમજમાં ન આવી.

અંકિતા ખૂબ ગંભીર બની બેસી રહી. તેનાં મનમાં વિચારોનું પૂર ઉમટી રહ્યું હતું. એક તરફ આરવનો પ્રેમ હતો. બીજી બાજુ પોતાનો ડોક્ટર તરીકેનો મનપસંદ વ્યવસાય હતો.

આરવ સતત અંકિતાની સામે જોઈ પોતાના ભવિષ્યને વિચારી રહ્યો હતો. આરવને પિતાની વાત યોગ્ય લાગી રહી હતી. જો અંકિતા પોતાનો ડોકટરનો અભ્યાસ છોડી દે તો બધું સચવાઈ જાય તેમ ઈચ્છતો હતો. તેને ફક્ત અંકિતાની જરૂર હતી. તેનાં પ્રેમની જરૂર હતી. આરવનું મન અંકિતાનો નિર્ણય જાણવા આતુર બનતું જતું હતું.
અંકિતા લાંબો વખત ચૂપ બેસી રહી. મન સાથે જાણે અંગત લડાઈ કરતી રહી પછી મક્કમ નિર્ધાર સાથે તેણે ચુપ્પી તોડી.
અંકિતા: "આરવ! તમે ખૂબ અમીર છો. તમારા માટે પૈસા ખૂબ ગૌણ છે. મારા માતાપિતા સામાન્ય ડોકટર છે અને મને પણ

ડોક્ટર બનાવવા માંગે છે. તે માટે તેમણે ઘણી બધી બાબતોમાં ઘણો બધો ભોગ આપ્યો છે. મારું ડોક્ટર બનવું એ એમનું સપનું છે અને મારું પણ ધ્યેય છે. હું એમના સ્વપ્નને તોડી ન શકું. મારા પર પહેલો હક મારા માતાપિતાનો છે. તું તો હાલ મારી જિંદગીમાં આવ્યો છે."

અંકિતા જાણે એકી શ્વાસે બધું બોલી ગઈ.

આરવ તો અંકિતાની વાત સાંભળી અવાચક જ બની ગયો.
આરવ: "એટલે?... અંકિતા! તું મને છોડી દેવાની વાત કરે છે? મારો પ્રેમ તારા માટે કંઇક જ નથી?",
આરવે થોડા ગુસ્સા સાથે કહ્યું.
અંકિતા: એવું કંઈ નથી આરવ! હું તને ખૂબ જ પ્રેમ કરું છું. તારાથી વિખૂટી પડી હું જીવન જીવવાનો વિચારી જ નથી શકતી. પણ હું તારા પિતાની શરત કેમ કરી સ્વીકારું? મારા માતાપિતાના સ્વપ્નને તોડીને તથા મારા પોતાના અસ્તિત્વ ભૂલાવી હું આગળ કેવી રીતે વધુ?"
અંકિતાનો અવાજ ગળગળો થઈ ગયો. થોડીવારે અંકિતા સ્વસ્થ બની.
આરવ ત્યાં જ અવાચક બની બેસી રહ્યો હતો. તેને અંકિતા આમ જવાબ આપશે તેની આશા ન હતી. આરવ ને એવું હતું કે અંકિતા

એના પૈસા થી મોહિત થઈ તેની વાત સ્વીકારી લેશે. પરંતુ તે અંકિતાને સમજી શક્યો નહિ.
થોડીવારે અંકિતાએ મક્કમ સ્વરમાં આરવ ને કહ્યું," આરવ! હું તને ખૂબ જ ચાહું છું. મારા જીવનમાં તારા સિવાય હું કોઈ વિષે વિચારી નથી શકતી પણ હું મારા બધાંનાં સપના તોડી ને કે મારું સ્વમાન ગુમાવી તારી સાથે લગ્ન ન કરી શકું. તારા પપ્પાની શરત ખરેખર ઠીક નથી. હું સમાજની, ગરીબ લોકોની સેવા કરવા માંગું છું. મને ડોકટરનું ભાણવાનું છોડવાનું કહી શો રૂમનાં પૂતળાની જેમ ઘરમાં બનીઠનીને બેસી રહેવું નહીં ફાવે. મારી જિંદગીનાં ધ્યેયને આમ અર્થહીન બનાવવાનો શું અર્થ? તારી પ્રત્યેનો મારો પ્રેમ સાચો જ છે. એને આ રીતે સાબિત કરવા હું નથી માંગતી. હું તને કોઈ દબાવ નહીં આપુ. તું તારા પિતાને જેવી છોકરી ગમે તેવી લાવી રાજી કરી શકે છે. હું મારી રીતે જીવી લઈશ. આજથી આપણે અલગ થઈએ છીયે."

અંકિતા આટલું કહી આંખોમાં આવેલાં આંસુને લૂંછતી ત્યાંથી ઊભી થઈ ગઇ.

આરવે તેનો હાથ પકડી રોકી મનાવવા સમજાવવા ખૂબ પ્રયત્ન કર્યો. અંકિતા એકની બે ન થઈ. તે હાથ છોડાવી મક્કમ ડગલે આગળ વધી ગઈ.
આરવ તેને જતાં જોઈ રહ્યો.

આરવ જ્યાં સુધી અંકિતા દેખાય છે ત્યાં સુધી અંકિતાને અનિમેષ નયને તાક્યા રાખે છે. શૂન્ય મનસ્ક આરવને અંકિતાના જવાનાં માર્ગમાં પણ અંકિતાનાં પડછાયા, પગરવનો ભાસ થાય છે. પણ અફસોસ ! આરવ માટે અંકિતાનાં અતિતને યાદ કરી આનંદિત થવા સિવાય બીજો કોઈ રસ્તો નહોતો.

જીવનમાં ક્યારેક દુ:ખના ડુંગરા તૂટી પડે પ્રાણપ્રિય વસ્તુઓ નજર સામેથી ઓઝલ થાય જીવન વસમું અને દોહ્યલું લાગે ! આવો જ સમય આરવનો હતો. આરવ પોતાના મનને સમજાવવાનો ખૂબ પ્રયાસ કરે છે. પણ અફસોસ ! પિતાના વિચારો અને અંકિતાના મક્કમ નિર્ણય સામે આરવ લાચાર છે. આરવ પોતાના જીવનની ઘટમાળ પ્રભુને સોંપી અતિત માંથી બહાર નીકળવાનો મરણિયો પ્રયાસ કરે છે.

અંકિતા પોતાની કારર્કિદી માં આગળ વધી રહી છે. પરીક્ષાની તૈયારી રાત-દિવસ એક કરીને કરે છે. અંકિતાનાં અંતરના ખૂણામાં ઊંડે સુધી હજુ આરવ છવાયલો જ છે. અંકિતા સારા માર્કસ સાથે ઉતીર્ણ થાય છે. ડૉ.અંકિતા મુબંઇની પ્રતિષ્ઠિત હોસ્પીટલ માં હાર્ટ સ્પેશયાલીસ્ટ તરીકેની સેવા સ્વીકારે છે.

અંકિતા દુ:ખી દર્દીઓના દુ:ખને મિટાવવા રાત-દિવસ એક કરીને મહેનત કરે છે. અંકિતાની હાર્ટ સ્પેશ્યાલીસ્ટ તરીકેની સેવાની

સુગંધ આખા મુબંઈ શહેરમાં પ્રસરી જાય છે. જોત-જોતામાં છ-આઠ મહિનામાં તો અંકિતા 30- 35 વર્ષથી ફરજ બજાવતાં ડૉક્ટરોને પાછળ રાખી દે છે.

અંકિતા અને આરવ બંનેના અંતરના ખૂણે એક જ ધ્વની સંભળાય છે , 'હું તને ચાહું છું.'
વાદળ પાછળ છૂપાયેલો સૂરજ કાયમ માટે વાદળ પાછળ નથી રહેતો. વાદળ દૂર થાય એટલે સૂરજે પૃથ્વીને દર્શન દેવા જ પડે છે. આરવ અને અંકિતાનું પણ કંઈક આવું જ છે. બંને પોતાના સ્વપનોની માવજત કરે છે. મરવા નથી દેતા. પાનખરની વિદાય પછી વસંત આવવાની જ છે. એવી આશાએ બંને જીવ્યે જાય છે.

ડૉ. અંકિતા લાખો દર્દીઓના હ્દયને સાંધે છે. પણ ! ડૉ. અંકિતા ભાંગીને ભુક્કો થઈ ગયેલા આરવનાં હ્દયને સાંધવામાં નાકામયાબ બને છે. આરવ શૂન્યાવકાશ થઈ ગયો છે. અંકિતાનાં વિરહે આરવને હાલતું - ચાલતું પૂતળું બનાવી દીધું છે. આરવનાં જીવનમાં આશા, ઉમંગ, ઉત્સાહ ક્ષીણ થઈ ગયા છે. ઘરમાં માતા-પિતા, ભાઈ-ભાભી, બહેન સાથે હસી -મજાક કરતો આરવ પાનખરનાં સુકાયેલાં પર્ણ જેવો બની ગયો છે. ડૉ. અંકિતાનાં વિચારોમાં ને વિચારોમાં આરવ ગાડી ચલાવવામાં પણ કાબૂ ગુમાવી દે છે. ભાઈ સાથે ધંધામાં પણ વિચારોના વમળોમાં

ગૂંચવાઇને શુન્યાવકાશ થઈ બેઠો રહે છે. એક સમયે ભાભીને સવાર-બપોર-સાંજનું મેનું કહીને પોતાની મનપસંદ વાનગી બનાવડાવતો આરવ આજે થાળીમાં ભાભી જે આપે તે પેટ ભરવા ખાતર ખાઈ લે છે. બહેનને રોજ ચીડવતો, હસી-મજાક કરતો આરવ આજે બિલકૂલ ચુપ છે. રોજ મમ્મી માટે સવારે બગીચામાંથી પોતે જાતે ફૂલો ચૂંટી પ્રભુની માળા બનાવતો આરવ બગીચામાં પ્રવેશતો પણ નથી.

આરવની આવી દશા, વર્તન, વિચારોથી કઠોર હ્રદયનાં પિતાને કંઈ અસર નથી થતી પણ આરવનાં મમ્મી, ભાઈ-ભાભી, બહેન આરવ માટે ચિંતિત છે. પિતા સિવાય ઘરનાં બધાં સભ્યો આરવને અંકિતા સાથે ફ્રેન્ડશીપ રાખી હળવા-મળવા, ફોનમાં વાત કરવા સંબંધનો પુનઃજન્મ કરવા સમજાવે છે.

અંકિતાથી વિખૂટો પડીને આરવ હવે પરેશાન થઈ ગયો હતો. શું કરવું, શું ન કરવું એ કશું જ સમજી શકતો ન હતો. કદાચ એ પુનઃજન્મની હા કહે તો પણ એક હાથે તો તાળી પડવાની જ નહોતી.

મનને મક્કમતાથી મનમાં નકકી કરી લીધું ને પછી બોલ્યો કે "સંબંધનો પુનઃજન્મ કરવો એ મારાં ગજાનું કામ નથી, એ મારાથી નહીં થઇ શકે."

- બસ આ આટલું જ વાક્ય કાફી હતું આરવની ચિંતા વધારવામાં, આરવ હવે દુઃખી રહેતો, એ એકલ પેંડે વિચારતો રહે કે હું જ સૂડી વચ્ચે સોપારી થયો? બે ની જીદમાં વચ્ચે હું પીસાય ગયો, વધુ પડતાં વિચારવાને કારણે આખરે એ ભાંગી પડ્યો. આ ભાંગી પાડવાનું એકમાત્ર કારણ એ આરવની નકારાત્મકતા.

આ નકારાત્મકતાથી જાણે આરવ એનું માનસિક સંતુલન ધીરે ધીરે ગુમાવી રહ્યો હોય અને જો વહેલી તકે સારવાર નહીં મળે, ધ્યાન નહિ અપાય તો શક્યતા એ માનસિક સંતુલન ગુમાવી પણ બેસે.

બીજી બાજુ અંકિતાની હાલત પણ કંઈક આવી જ હતી, બે પ્રેમી પંખીડા પાંખો છતાંય ઉડી શકતા નહોતા, જાણે એને કોઈએ બાંધી દીધા હોય પરંતુ અંકિતામાં પાંજરુ તોડીને ઉડવાની કળા પહેલેથી જ હતી એ પોતાની સાદગીની ભીંતરમાંયે જટિલ હતી, લગભગ બધાનાં અંતઃવિરોધનો તણાવ જ છે જે એને વધુ ભરોસાપત્ર અને જીવંત બનાવે છે.

જ્યારે અંકિતા હોસ્પિટલ જવા નીકળતી ત્યારે રસ્તામાં વચ્ચે એક સાગર ઉપવન આવતું. આ ગાર્ડન અંકિતાનાં હોસ્પિટલની અને ઘરની વચ્ચેનાં રસ્તે આવતું હતું. અંકિતા આ ગાર્ડનને જોતી કે

આરવની યાદ એણે મન અસહ્ય થઈ પડતી. આરવ અને એ આ ગાર્ડનમાં જ મળતાં ને પ્રેમભરી વાતો કરતાં, આ ગાર્ડન એ એનું યાદગાર સ્થળમાંનું એક સ્થળ હતું, ગાર્ડનને જોતા એણે રોજ આરવની યાદ સાથે એના પપ્પાની શરત પણ યાદ આવતી. "કદાચ કિસ્મતને કંઈક બીજું જ મંજુર હશે " -એવું વિચારીને એ મનને શાંત કરી લેતી હતી અને પોતાના દેહને કામ-કાજમાં પરોવી લેતી, અને આમ જ અંકિતાનો દિવસ પસાર થઈ જતો.

અહીં હવે આરવે પોતાની જાતને રૂમમાં બંધ કરી રાખી હતી જાણે એ અંકિતાની યાદોથી બચવાં માંગતો હોય. એનો સ્વભાવ બદલાઈ રહ્યો હતો, એ સૌ જાણતાં હતાં. આખરે હવે આરવનાં રશ્મિભાભીથી આ બધું જોવાયું નહીં.

એ એક એમ.બી.એ. કરેલ એજ્યુકેટેડ વુમન છે, એણે બિઝનેસ કરવાનું સપનું હતું, પરંતુ એનાં મમ્મી-પપ્પાએ સારું માંગુ જોઈને રાજ સાથે લગ્ન કરાવી દીધા, સમૃદ્ધ પરિવારનાં મોટા ભાઇ રાજ સાથે લગ્ન સમયની ઓમ્ હવન વિધિમાં બિઝનેસનાં સપના પણ ભસ્મ થઈ ગયા. પરિવારની મોટી વહુ હોવાથી રશ્મિએ ક્યારેય બિઝનેસની વાત છેડી નહિ કે વિચાર કર્યો નહિ. એને કોઈ સગો ભાઇ ન હતો, લગ્ન પછી આરવ જ સગા ભાઇની ઉણપ પુરી કરતો હતો, એ દરેક વાતમાં ભાભીને સપોર્ટ કરતો હતો, ભાભી સામે હંમેશા હસતાં આરવની દશા એ રશ્મિભાભી થી જોવાતી

નથી એ અંકિતાને મળવાનું નકકી કરે છે અને એજ સમયે અંકિતાને હોસ્પિટલ પહોંચી જાય છે.

"હેલ્લો સિસ્ટર, ડૉ.અંકિતાને મળવું છે?"
"ડાબી બાજુ થી બીજી કેબીન"

"ઓકે થેન્ક્સ!"

રશ્મિભાભી એ તરફ આવ્યા કે એણે અંકિતા દેખાઈ. એમણે ત્યાં જ ઉભા રહી ને જોયું કે ડૉ. અંકિતાનાં હાથ કોમ્પ્યુટર ઉપર અને આંખો છત ભણી ઉપર હતી,જાણે અંકિતા કંઈક ઊંડા વિચારોમાં ખોવાયેલ હોય.
નિયતિ એ દરવાજો પેલાં તો ઠપકાર્યો ને પછી ખખડાવી કહ્યું કે,

"મે આઇ કમ ઇન ડૉ.અંકિતા? "
"ઓહ! યેસ, યેસ, મોસ્ટ વેલકમ રશ્મિભાભી!, કેમ છો? આજે હોસ્પિટલ? બધું સારું તો છે ને? મમ્મી-પપ્પા કુશળ મંગળ? રાજભાઇની તબિયત સારીને??...."

"ખમ્મા,ખમ્મા અંકિતા! તું કેટલા પ્રશ્નો એકીસાથે પૂછીશ? ને પેલાં મને એમ કહે તે બધાનું પછ્યું પણ આરવને ભૂલી ગઈ?"

આરવનું નામ કાને પડતાં જ અંકિતા ચૂપ થઈ ગઈ, એનાં મોં'માંથી વાચા નહોતી નીકળતી, આરવનું નામ અંકિતાનાં કાન સાથે ગુંથાઈને વધુ વિસંગત અને વિડંબનાવાળું થઈ ગયું, ભાભીએ અંકિતાનું બાવડું હલાવ્યું કે અંકિતા ભાનમાં આવી અને ઊંડો શ્વાસ લઈને બોલી,

"શું કરે છે આરવ?"

"તને યાદ! જેટલી વખત એ ભગવાનનું નામ નહિ લેતો હોય એનાથી વધું એ તારું નામ બોલે છે, જાણે તારા નામનો જપ કરતો હોય."

"ભાભી અમારી મશ્કરી કરો છો?"

"ના - ના અંકિતા, હું તે કાંઈ તમારી મશ્કરી કરવા હોસ્પિટલ સુધી આવું?"
પછી ભાભીએ આરવની દુર્દશા અંકિતા સમક્ષ ખોલી દીધી, એની બગડતી તબીયત વિશે જણાવ્યું ને કહ્યું કે,
"હવે અમારાથી આરવની દશા જોવાતી નથી એ પળે પળે ભાંગી રહ્યો છે, તે તો ઘણાંયના હૃદય સાંધ્યા છે આરવનું ભાંગેલ મન પણ સાંધી દે અંકિતા.!"

રશ્મિભાભીએ જાતે તો જાણે હુકમ કર્યો હોય પણ પછી ભાભીની સંપૂર્ણ વાત સાંભળીને અંકિતાનાં મનમાં એક ચૂપકીદી છવાઈ ગઈ એનાં હૃદયનાં ખૂણે કયાંક પશ્ચાતાપની ભાવના જાગી. એણે આરવની પરિસ્થિતિ પર રડવું આવ્યું એનાં હાથમાં રહેલ સ્ટેથોસ્કોપ (ધબકારા માપવાનું યંત્ર)એણે અસંગત-શો લાગવા લાગ્યું.

એને થયું કે બધું પડતું મૂકીને નાસી છુટું, આરવ પાસે જતી રહું, એને આરવની યાદ સતાવવા લાગી, આરવ પાસે પહોંચીને એની સાથે હળવે હળવે વાતો કરવાથી જ એનાં વ્યાકુળ મનને શાંતિ મળે એમ હતું. હવે શું કરું? શું કરું? - એ આકુળ-વ્યાકુળ થઈ અહીં-તહીં જુએ છે કે અચાનક જ એની નજર જમણી બાજુ આવેલ સાગર ઉપવન ગાર્ડન પર પડી. ઝબકી ઊભી થઈ, એણે કંઠે પ્રાણ આવી ગયો હતો, ભાભીનો હાથ પકડી એણે કહ્યું,
"ભાભી એક કામ કરશો?"

"બોલને"

"કાલે આરવને આ ગાર્ડને લેતાં આવશો? અમે આ ગાર્ડને જ મળતાં હતાં તમે એને જો અહીં લાવશો તો હું એની તબિયતમાં ફેર લાવી શકીશ અને એને મનાવી પણ લઈશ."

"આટલું સહેલું નથી પણ તમને બંનેને એક કરવા હું મારી બનતી કોશિશ કરીશ અંકિતા!"

અંકિતા અને રશ્મિભાભી વચ્ચે આ પ્લાન ઘડાયો, જેનાથી ઘરનાં સઘળા સભ્યો અજાણ હતા. કાલે બંને મળવાના હતાં.

અંકિતા માટે આ એક રાત અસહ્ય થઈ પડી હતી, એનાં મનમાં વિચારોનાં વમળો આલોટતાં હતાં, રાત્રે ખાધું ન ખાધું એ પાણી પીને અગાશી ઉપર ચડી ગઈ, આ અગાશી જ એવી જગ્યા હતી જ્યાં અંકિતા આશ્વસ્ત થઈને ઘણીવાર મોડે સુધી બેસીને આકાશને નીરખતી હતી, ઘરની દીવાલ ઘડિયાળ ઉપર બાર વાગ્યાનો ટકોરો પડ્યો, બલ્બનાં પ્રકાશથી ઉદ્ભવતાં પડછાયા કોઈ દુઃસ્વપ્નની જેમ ડોલાવાં લાગ્યા પણ સ્થિતિમાં જરા'યે ફેર નહોતો પડ્યો.

એક બાજુ એને થતું કે આરવની થઈ જઉં તો બીજી બાજુ સાકાર થઈ રહેલાં સપનાંઓ મુકાઈ એમ નહોતાં એમાં થોડી વાર આરવનાં પપ્પાની મુકાયેલ શરત યાદ આવતી તો થતું કે એણે પોતાના દીકરાની ચિંતા નહીં હોય? ને હોય તો શા માટે એ પોતાની જીદ અને અહમને આટલો પંપાળે છે? એ ધ્રુસકે ધ્રુસકે રડવા લાગી, ત્યાં જ અચાનક એનાં ખભા પર એક વહાલ ભર્યો હાથ અડક્યો, જાણે એનાં હતાશ મનને દિલાસો આપવા ઈશ્વરીય

હાથ સ્પર્શ્યો હોય એવી એણે અનુભૂતી થઈ. માનો હાથ હતો, એણે ઝડપથી મમ્મીને બાથ ભરી લીધી. મમ્મી અંકિતાની પીઠ ઠપકારતી ઠપકારતી બોલી,

"જો બેટા! દુનિયામાં કોઈ પણ વ્યક્તિને એકીસાથે બધું મળી જતું નથી કંઈક પામવા માટે કશું ગુમાવવું પણ પડે છે અને એજ સત્ય છે, તારે તારી જાતે નકકી કરવાનું છે કે તારે શું કરવું, અમે તને સંપૂર્ણ સપોર્ટ કરીશું, તારી દરેક વાત-વિચારથી સહમત થશું, અમે જાણીયે છીએ કે તે ઘણી જ મહેનતથી એક મુકામ હાંસીલ કર્યું છે પણ તું તારાં મગજથી નહીં મનથી વિચારને મનનો અંતઃનાદ સાંભળ, સમયે જો તું તારી પસંદનો હાથ નહીં પકડે તો એ હાથમાંથી છૂટી જશે, તું તારાં મનને ઢંઢોળીને પૂછ કે એને વધારે કોની જરૂર છે? સાથની કે સફળતાની?

"બંનેની " (અંકિતા મનમાં બબડી)

"હમ્મ, મા! એક વાત પૂછું?"

"હા,હા, બોલ"

"આ આધુનિકતામાં, ટેક્નોલોજીનાં યુગમાં ને આટલી નવી જનરેશનમાં જો કયાંકને કયાંક આવી જૂની વિચારસરણીનાં લોકો

મળી જતાં હોય તો શું તારી જનરેશનમાં ને તારાં વખતમાં તને આવા માણસો નહોતાં મળ્યાં? તું તો એ વખતથી ડોક્ટર છો ને... તો તને આવા બંધનમાં બાંધવાની કોશિશ કોઈએ કરી હતી? શું તને આવો અનુભવ થયો હતો?"
દિકરીની વાત સાંભળી મમ્મીને જૂની વાતો યાદ આવી એ આકાશ તરફ નજર નાંખીને બોલી,

"હા થયો હતો અનુભવ અને હજુંયે થાય છે!."

"શું? શું? સમજાય એવું કંઈક બોલને, મા!"

"સંભાળ, તને તો ખબરજ છે કે મારાને તારાં પપ્પાનાં અરેન્જ મૅરેજ થયાં હતાં. સગપણ સમયે તો કંઈ જ વાત ન થઈ પણ લગ્ન સમયે મારાં સાસરાએ કહેલું કે "વહુ ઘરે આવ્યા પછી ભણવાનું મૂકીને ઘર સંભાળશે, સ્ત્રીઓ નોકરી ના કરી શકે".
સસરાની વાત સાંભળી હું નિરાશ થઈ ખરી પણ મારી નિરાશ આંખો તારાં પપ્પાએ તરત વાંચી લીધી એ સમજી ગયા ને પછી એ જ ક્ષણે ઉભા થઈને બોલ્યા કે, "મારી પત્નીનાં દરેક સપનાં એ મારાં સપનાં અને હું એને જરૂર પુરા કરીશ અને કરવાં પણ દઈશ. તમને એની નોકરી થકી કોઈ સમસ્યા નહિ થવા દઉં.!"

બસ આટલા શબ્દો સાંભળતાં સૌ ગણગણવાં લાગ્યા કે વહુનાં આવ્યા પે'લાં જ વહુના વશ થઈ ગયો પણ તારા પપ્પાએ કોઈને ગણકાર્યા નહીં અને લગ્ન પછી થોડાં સમયમાં જ અમે મુંબઈ આવીને વસ્યા, સદ્દભાગ્ય બંનેની નોકરી પણ લાગી ગઈ. તારા જન્મ પછી જ દાદા-દાદી મુંબઈ આવતાં-જતાં થયાં અને ગામડે અમારા કેડા થયાં. હજુ પણ એમનાં હ્રદયનાં દૂરનાં ખૂણે મારું ડોક્ટર હોવાનું ખટકતું હશે, કદાચ એ મને એની દીકરી નહિ માનતા હોય.!!"

પછી મમ્મીએ ગળડૂબો ગળીને કહ્યું,

"છોડ ચાલ આ બધું અને સંભાળ, જે કંઈ પણ પ્રશ્ન હોય એ તમારે બંનેને સાથે મળીને ઉકેલવો જોઈએ,"

"હા હવે તો મામલો ઉકેલવો જ છે." -(અંકિતાએ મનમાં કહ્યું)

ત્યારબાદ મમ્મી 'નિરાંતે સુઇ જા' એમ કહી રૂમમાં જતાં રહ્યા અને અંકિતા અગાશીની ઓટીને અડીને સુઇ રહી. બીજે દિવસે અંકિતા સવારે નાસ્તો કર્યા વગર જ વહેલાસર સાગર ઉપવન ગાર્ડન પહોંચી જાય, નવ વાગ્યાનો સમય નક્કી કરેલ હતો પણ અંકિતાથી રહેવાયું નહિ એ આઠ વાગ્યે જ ત્યાં પહોંચી ગઈ,

આ બાજુ નિયતીભાભી આરવને 'મંદિરે લઇ જઉં છું' એમ કહીંને ગાર્ડન લઇ આવવામાં સફળ થયાં, બંધ રૂમની ગૂંગળામણથી દૂર આવીને આરવને હાશકારો થયો. સ્વચ્છ હવામાં એને રાહત થઈ. રૂમની ગરમીથી પરસેવે તરબોળ શરીરે હવાનાં હળવા સ્પર્શથી એને અસીમ આનંદનો અનુભવ થયો. ઘડીભર લાગ્યું જાણે એ નવેસરથી જીવન જીવવા લાગ્યો હોય અને એનાં શીથીલ દેહમાં ફરી પ્રાણ આવ્યા હોય!

આરવે સામેની તરફ જોયું તો એને અંકિતા પોતાની તરફ ધપતી દેખાય, એની આંખો આરવ તરફ જ મંડાયેલ હતી, હવે અંકિતા બરાબર એની સામે હતી. ઝીણી ઝીણી આંખોમાં ખુમાર હતું, કોણ જાણે શું'યે થશે! બંને વ્યાકુળ થઈ રહ્યા હતાં, નવ વાગી ચુક્યા હતાં, આજે જે મહિનાઓથી નહોતું થયું એ આ થોડી ક્ષણોમાં થવાનું હતું.

અચાનક આરવ ગિન્નાઈ ઉઠ્યો, કોઈ સ્પષ્ટ કારણ વિના જાણે એનાં અંગેઅંગમાં લાહ્ય લાગી ગઈ. અંકિતાને એણે બાથ ભરી હતી સમય ત્યાંજ થંભી ગયો. સૂરજ પણ જાણે ગેલાયા કરતો હોય અને એનાં છંટકાયેલ પ્રકાશમાં બંનેને આસપાસનો બધો પ્રદેશ પરાયો અને રહસ્યમય લાગતો હતો, રસ્તેથી પસાર થતાં વાહનોનાં અવાજો આ સમયે સુના પડી ગયા, એકદમ મૂક અને શાંત....

ઘણા સમય પછી "સાગર ઉપવન" સોળે કળાએ ખિલી રહ્યો હોય એવું દ્રશ્ય દેખાઈ રહ્યું હતું. આરવ અને અંકિતા વિખુટા પડ્યા બાદ આજે રશ્મિભાભીની દરમ્યાનગીરીને લીધે એકબીજાને મળી રહ્યા હતાં.

આરવ અને અંકિતા શિક્ષિત તેમજ સારી વિચારસરણી ધરાવતા હોવા છતાં આરવના પપ્પા ભવાનભાઈની શરતના લીધે એક થઇ શક્યા ન હતાં. અને હા! ભવાનભાઈની શરત કે લગ્ન પછી 'અંકિતા નોકરી નહિ કરે પણ ઘર સંભાળશે'. અથાગ મહેનત અને પોતાના વજન કરતાં પણ બમણા વજનના પુસ્તકો વાંચી ડોક્ટર બની રહેલ અંકિતા આ શરત ન સ્વીકારે એ વ્યાજબી પણ હતું. ભવાનભાઈ અને અંકિતા વચ્ચે બિચારો આરવ પીસાઇ રહ્યો હતો.

એવું પણ ન હતું કે અંકિતા આરવને ચાહતી ન હતી પણ પોતાના મમ્મી પપ્પાએ ભણાવી ગણાવી ડોક્ટર બનાવી હતી તો પોતાને પણ દર્દીઓની સેવા કરવી હતી. બંને પહેલેથી જ એકબીજાના ગળાડૂબ પ્રેમમા હતાં. એકબીજાને ભૂલી શક્યા ન હતાં. વળી એક દિવસ અંકિતાના મમ્મીએ કહેલું વાક્ય "કંઈક મેળવવા કંઈક ગુમાવવું પડતું હોય છે, સમય ઓળખી સમયે કામ કરી લેવું નહીંતર ગમતું ગુમાવવું પડતું હોય છે". એ અંકિતાને યાદ આવતું હતું. તેમજ રશ્મિભાભી એ આરવની માનસિક સ્થિતિ તારી

યાદોમા લથડી રહી છે એવું જણાવ્યું હતું, માટે અંકિતા આજે પોતે જ્યાં વર્ષોથી બંનેનું મિલન સ્થળ હતું એવા સાગર ઉપવનમાં મળ્યા.

એકબીજાને જોતાજ બાથ ભરી હતી. લાંબે ગાળે મળેલ પ્રેમીઓ કેમે'ય કરીને એકબીજાથી છુટા પડવા માંગતા ન હતાં. એટલામાંજ રશ્મિભાભીએ ઉહું.. ઉહું... ઉહું.. ઉહું... ખોંખારો કર્યો અને બોલ્યા, "હું છું હોં! અહીં!" (સસ્મિત વદને) ખોંખારો સાંભળી ચિરાનિંદ્રા માંથી જાગ્યા હોય એમ આરવ અને અંકિતા આંખોમા અશ્રુધારા સાથે એકબીજાથી અલગ થઇ, રશ્મિભાભી સામે જોઈ હળવું હસી પડ્યા.
અંકિતા આરવને ઉદ્દેશીને બોલી "આરુ તે આ શું દશા કરી છે તારી? આપણે છુટા પડ્યા છેલ્લે ત્યારેને અત્યારે તારા મા આભ જમીનનો ફર્ક દેખાઈ રહ્યો છે. છ.. છ.. માસ થી બીમાર હોય તેવો દર્દી દેખાઈ રહ્યો છે, આતો રશ્મિભાભીએ તારા વિશે વાત કરી કે તું હજુય મને રટ્યા કરે છે, માટે આજે તને મળવા આવી.."

અંકિતાના મુખે પોતાનું વ્હાલભર્યું નામ 'આરુ' સાંભળતા આરવે કહ્યું, "અંકુ?" તું તારા દિલ પર હાથ રાખીને કહે? "શું તું મને ખરેખર ભૂલી શકી છે?" અંકિતા અને આરવના આ વાર્તાલાપ વચ્ચે ગાર્ડનમાં ધીમા સ્વરે મસ્ત મજાના ગીતના શબ્દોના સૂર

રેલાઇ રહ્યા હતાં, 'એક તું ના મિલા.. સારી દુનિયા મિલેગી તો ક્યાં હેં... મેરા દિલ ના ખીલા...' અંકિતા અને આરવની વાતો વચ્ચે રશ્મિભાભી બોલ્યા, "સાંભળ અંકિતા! આરવ મારો દિયર છે, પણ મેં એને હંમેશા મારા નાના ભાઈ જેટલો ચાહ્યો અને માન્યો છે. હું જ્યારથી આ ઘરમાં પરણીને આવી ત્યારથી આરવે મને હંમેશા દરેક વાતમાં સપોર્ટ કર્યો હતો, તમે એકબીજાને કેટલું ચાહો છો, ક્યાં મળતા હતાં અને તમારા શું સપના હતાં એ દરેક વાત થી મને આરવે વાકેફ કરી હતી," પપ્પાની શરત અને તારી નામંજૂરીમા તમે પરણી ના શક્યા એ કારણે આરવની આ હાલત છે. રાતદિવસ બસ તને જ યાદ કરે છે. અંકિતા તને ખબર છે? સાસરીમાં દિયર એક સારા મિત્રની ગરજ સારતો હોય છે. આરવ મારો ભાઈ અને મિત્ર બંને છે માટે આરવની આ પરિસ્થિતિ હું જોઈ ન શકી."

રશ્મિભાભીએ બંનેને કહ્યું, "તમે બંને શાંતિથી એકબીજા સાથે મનભરીને વાતો કરો હું જરાક બાજુમાં લાયબ્રેરી છે ત્યાં મેનેજમેન્ટના પુસ્તકો સાથે દોસ્તી કરતી આવું. " કહીને બંને પ્રેમીપંખીડા છૂટ થી વાતો કરી શકે એટલા માટે લાયબ્રેરી ભણી ચાલ્યા.

આરવ અને અંકિતા એકલા પડતા આરવે કહ્યું, "અંકિતા સાચું કહું? હું તારા વગર જીવી નહિ શકું. ચાલ ને, આપણે પરણી

જઈએ? અમારા પાસે બધું જ છે, તને કોઈ વાતનું ઓછું નહિ આવવા દઉં." અંકિતા બોલી, "આરવ, મારા સપનાઓનું શું? રાતોની રાતના ઉજાગરા કર્યા અને આજે આ મુકામ પર પહોંચી છું ત્યારે તને પામવા તારા પપ્પાની શરત માની મારું સઘળું અસ્તિત્વ જ ભૂલી જાઉં! અને હા, સાંભળ! મારે બંને જોઈએ છે, તું અને મારું અસ્તિત્વ. આપણે છુટા પડ્યાં એ પછી એક પણ ક્ષણ એવી નહિ ગઇ હોય કે મેં તને યાદ ન કર્યો હોય," ભીની આંખે એકશ્વાસે અંકિતા બોલ્યે જતી હતી, "આરુ, તું મારો પ્રથમ પ્રેમ છે. સ્ત્રી ક્યારેય પોતાનો પ્રથમ પ્રેમ ભૂલી નથી શકતી. મારા હૃદયમાં પ્રેમી અને પતિ તરીકે તું જ છે અને હંમેશા તું જ રહીશ પણ પ્રેમને ખાતર હું મારું અસ્તિત્વ ગુમાવી દેવા નથી માંગતી.."

વાત આગળ ચલાવતા અંકિતા બોલી, "એક સ્ત્રી પ્રેમી સાથે મધુર સપના જુવે એના ઘણા વર્ષો પહેલા તેના માબાપ સાથે તેમજ માબાપે પણ સપના જોયા હોય છે, એને સાકાર કરવા હોય છે. અને વ્હાલા મનુ! આ 5Gના જમાનામાં સ્ત્રી એક શોભાનું પૂતળું બનીને રહે એના બદલે પોતાના કોશલ્યો થકી આર્થિક ઉપાર્જન કરી ઘર પરિવારને મદદરૂપ થાય એમાં ખોટું પણ શું છે? પેલી કહેવત છે ને? 'વિધા વાપરતા વધે, સહુ ધન ખૂટી જાય' તો મારો તો વ્યવસાય જ સેવા કરવાનો છે. મારે પણ સેવા કરવી છે,

દુખીયાઓની. સાથે સાથે તું મારા મનનો માણીગર તરીકે જોઈએ છે."

એકીશ્વાસે અંકિતાના મુખે આ વાતો સાંભળી આરવ વિચારતો થઇ ગયો અને આરવ બોલ્યો, "અંકિતા! પપ્પા એમની શરત છોડવા તૈયાર નહિ હોય તો તું મને છોડી દઈશ?" અંકિતા બોલી, "ના મારા દિલોજાન દોસ્ત! હું તારી રાહ જોઇશ..."
બંને વચ્ચે વાતચીત ચાલી રહી ત્યાંજ રશ્મિભાભી હાથમાં મજાનું "સબંધોનું મેનેજમેન્ટ" પુસ્તક લઈને આવી રહ્યાં હતાં. આરવ અને અંકિતાનો સબંધ મેનેજમેન્ટનું કામ હજુ અધુરું હતું.

ફરી એ જ જુદાઈ. એ જ એકલતા બંને ને પરેશાન કરતી હતી. અંકિતા તો દિલનું દર્દ દિલમાં દબાવી દિલના દર્દીની દવા કરતી હતી. પોતે હાર્ટ સ્પેશિયાલિસ્ટ હોવા છતાં પોતાના કે આરવના દર્દ માટે લાચાર હતી.

સ્ત્રી પાસે અપાર સહનશીલતા હોય છે પણ માસુમ મન ધરાવતા આરવ માટે આ સહેવું અસહ્ય હતું. એક સાંજે આરવ પોતાના બંગલાના બગીચામાં એકલો બેઠો હોય છે ત્યાં જ એને છાતીમાં અસહ્ય દુખાવો થયો અને એ બેભાન થઇને ઢળી પડે છે.

રશ્મિભાભીનું ધ્યાન જતાં એ દોડ્યા. તરત 108ને ફોન કર્યો અને પછી પોતાના સસરા ભવાનભાઈને જાણ કરી. તુરંત ભવાનભાઈ પોતાના મિત્રની હોસ્પિટલમાં આરવ સાથે પહોંચવાનું કહી પોતે પણ ગાડી લઈ નીકળી ગયા.

ભવાનભાઈ એ ફોન કરેલ હોવાથી 108 પહોંચતા જ સ્ટાફ રેડી હતો. ડૉક્ટરે તપાસી જાણ કરી કે, "આરવને હાર્ટ એટેક આવ્યો છે. હાર્ટ સ્પેશિયાલિસ્ટ ડો. અંકિતાને બોલાવવા માટેની વાત કરી અંકિતાને કોલ કર્યો.

ડૉ.અંકિતાને જોતાં જ ભવાનભાઈ આશ્ચર્ય પામ્યા.
એમના તન બદનમા આગ લાગી ગઈ. જેમને પોતે આરવ માટે રિજેક્ટ કરી ચુક્યા છે, જે આરવની આજની પરિસ્થિતિ માટે જવાબદાર છે એ અહીં! દર્દનું કારણ દવા બને એ વિચાર ભવાનભાઈ પચાવી ન શક્યા.

ભવાનભાઈએ ગુસ્સે થઇ બોલ્યા, " ડૉ.અંકિતા એટલે તું? હાર્ટ સ્પેશિયાલિસ્ટ! રહેવા દે. અડતી નહીં મારા દીકરાને.. એની આ પરિસ્થિતિ તારા લીધે તો છે."

ભવાનભાઈ જેવી જ હાલત અંકિતાની હતી. એને ફક્ત ઈમરજન્સી વિશે જ ખ્યાલ હતો, પેશન્ટ કોણ છે એ નહીં.

ભવાનભાઈની વાત સાંભળી અંકિતા હતપ્રભ બની ગઈ. પોતાનો આરુ... ના ના.. એ ન હોય... પણ અંકલ તો... આમ અસંખ્ય સવાલ અને જવાબ એક જ કે હા, મનુ જ.. ભવાનભાઈ ની બીજી વાતો તરફ ધ્યાન જ ક્યાં હતું!

અંકિતા પોતે પરસેવે રેબઝેબ થઈ ગઈ. આંખે અંધારા આવવા લાગ્યા. ત્યાં હાજર ડૉક્ટરે સંભાળી ન હોત તો બેભાન થઈ ઢળી પડત.

પોતાની જાતને સંભાળી અંકિતા ICU માં પ્રવેશી. ક્ષણ ભર આરવનો નિસ્તેજ ચહેરો, ઓક્સિજન માસ્ક અને હાર્ટનો નજરે દેખાતો ગ્રાફ જોઈને શું કરવું સુઝ ન પડી. થોડીવાર પછી જાત સાથે વાત કરી, "અંકિતા, એમ હિંમત હારવાથી શું થશે? કેટલું ગુમાવ્યા પછી આજ અહીં પહોંચી છું. જે માટે આરવને છોડ્યો, આજ એ જ આવડત આરવને ન બચાવી શકે તો ડૉક્ટર બનવું વ્યર્થ છે."

અંકિતા એ તરત જ આંખ લુંછી આસિસ્ટન્ટ પાસે રિપોર્ટ માંગ્યા. એક ડૉક્ટર જ નહીં એક પ્રેમિકા પણ આજે ઈશ સાથે જંગ લડતી હોય એવું લાગતું હતું.

સતત ચાર પાંચ કલાક પછી આરવની તબિયત સુધારા પર લાગી. આમ છતાં બોતેર કલાક અંડર ઓબ્ઝર્વેશનમાં રાખવામાં આવ્યો. અંકિતા તન અને મનથી ખૂબ થાકી હતી. ઈશ્વરનો આભાર માની પોતે થોડી વાર એકલા રહેવા માટે સ્ટાફરૂમમાં ચાલી અને એક એક મિનિટની દેખરેખ માટે પોતાની આસિસ્ટન્ટને સૂચના આપી.

આરવની સારવાર ચાલુ કરનાર ડૉક્ટરે કોરિડોરમાં હાજર સભ્યને આરવની તબિયત બાબતે જાણ કરી ત્યારે બધા ને હાશ થયું. ભવાનભાઈ એ ડૉક્ટરનો આભાર માન્યો ત્યારે ડૉક્ટરે કહ્યું, "આ સફળતાની હકદાર ડૉક્ટર અંકિતા છે. જો આજે મિસ અંકિતા ન હોત તો..." ડૉક્ટર વાકય અધુરું મૂકી "નાવ એક્સકયુઝ મી" કહી નીકળી ગયા.

ભવાનભાઈએ ઈશ્વર નો આભાર માનવા હાથ જોડ્યા ત્યાં રશ્મિ જ બોલી, "પપ્પાજી, માફ કરજો પણ આભાર ન માનો. કેમ કે આરવ સ્વસ્થ થશે તો પણ ક્યાં સુધી? તમે ફરી એ જ સખ્તાઇ રાખશો તો આ બિમાર આરવ સહન કરી શકશે? ફરી આરવ આ જ હાલતમાં હશે. "પોતાની પુત્રવધૂની વાત સાંભળી ભવાનભાઈ વિચારમાં પડી ગયા.

ભવાનભાઈ વિચારમાં ખોવાયેલા હતાં ત્યાં એમના રાજકારણી મિત્ર ખબર પુછવા આવ્યાં અને બોલ્યા, "આરવ વિશે સાંભળ્યું, સારૂં છે અંકિતા જેવા ડૉક્ટર હજુ ભારતમાં છે નહિતર પ્રતિષ્ઠા અને પૈસા માટે ખૂબ તક છે છતાં ભારતમાં સેવા માટે જ રોકાઈ છે. ખૂબ નસીબદારને ઘેર પુત્રવધૂ બનીને જાશે..." પછીની વાત પર ભવાનભાઈનું ધ્યાન જ નહોતું.

બે અઢી કલાક પછી આરવ ભાનમાં આવ્યો બાકી બધું નોર્મલ હતું પરંતુ મોં પર જીવન પરની નિરસતા સ્પષ્ટ દેખાતી હતી. ભવાનભાઈ પણ આ અનુભવી રહ્યા હતા પરંતુ માનવા તૈયાર નહોતા.
ભવાનભાઈ ICU ની બહાર આવ્યા ત્યારે રશ્મિ અને પોતાની પત્ની વચ્ચે થતો સંવાદ સાંભળવા મળ્યો જેમાં એટલું સમજી ગયા કે પત્ની પણ પોતાના વિચાર સાથે સહમત નથી.

ભવાનભાઈ એ સ્ટાફ પાસેથી અંકિતા અત્યારે ક્યાં છે એ જાણી તુરંત પહોંચી ગયા. અંકિતા દૂર વૃક્ષ પર બેઠેલા પક્ષીને જોઇ રહી હતી બાજુના મોબાઈલ પર ગીત વાગી રહ્યું હતું, 'જગને છીના મુજસે મુજે જોભી લગા પ્યારા..' અને આંખમાં અશ્રુધારા વહી રહી હતી.

ભવાનભાઈ એ નૉક કર્યું. અંકિતા એ નજર કરી આંખ લુછી નાંખી. મોબાઈલ બંધ કરી ઊભી થઈ. ભવાનભાઈ પાસે આવી બોલી, "ડોન્ટ વરી અંકલ, આરવ એકદમ સ્વસ્થ થઇ જશે. બસ સાદું ભોજન, સમયસર દવા અને તન મનને તકલીફ ન થાય એવું કામ. હળવી કસરત બસ."

આટલું નીચી નજર કરી બોલી અને ઊંચે જોયું તો ભવાનભાઈ આંખમાં આંસુ સાથે ઊભા હતા. અંકિતા એકદમ આદ્ર સ્વરે બોલી, "આપ નાહક ચિંતા કરો છો. હું છું ને. "બોલ્યા પછી 'હું છું ને' પોતાને ખૂચ્યું. તરત વાત બદલાવી, "મતલબ, રેગ્યુલર ચેક અપ એ બધું"
ભવાનભાઈ એ ડૂમો ખંખેરી બોલ્યા, "કઈ માટીની બનેલી છે તું? મેં તારી સાથે આવું વર્તન કર્યુ છતાં પણ.. "વાત કાપી અંકિતા બોલી, "અંકલ, મેં તમને ક્યારેય પણ દોષિત માન્યા નહોતા. એ ખરું કે મને તમારી વિચારસરણી થોડી ખટકી. આજના જમાનાની હર અપડેટ થયેલી ટેકનોલોજી વાપરો છો તો વિચારસરણી બે દાયકા જૂની કેમ? પણ ખેર, મારા મનમાં કોઈ મલિનતા નથી. હું એક ડૉક્ટર તરીકે આરવ પર પુરતું ધ્યાન આપીશ અને બે દિવસ પછી ફરી આરવથી દૂર."

ભવાનભાઈ એ અંકિતાના મસ્તક પર હાથ મૂક્યો અને બોલ્યા કે, "તું તનથી સ્વસ્થ તો હોસ્પિટલમાં કરી આપીશ પણ શું તું મનથી સ્વસ્થ કરવા એના જીવનમાં આવીશ."

અંકિતાને પોતાના કાન પર ભરોસો નહોતો થતો અંકિતાએ ધ્રુજતા હાથે સ્ટેથોસ્કોપ કહ્યું, "સોરી હું આ... "ભવાનભાઈ આ પરિસ્થિતિમાં પણ મલકી ગયા અને બોલ્યા.. "સ્ટેથોસ્કોપ ન છોડતી પણ સરનેઈમ તો છોડી શકે છે ને?" અંકિતા એકદમ ખુશ થઈ અને દોડતી બહાર જતી રહી.

સામે જ નર્સ આવતી દેખાઈ, "મેડમ, આપનો ફોન બંધ છે, જલ્દી ચાલો હમણાં ભાનમાં આવેલ પેશન્ટનું બ્લડપ્રેશર કંટ્રોલમાં નથી આવતું,"

અંકિતા એ દોટ મૂકી, આરવની નબ્ઝ તપાસી મસ્તક પર હાથ મૂક્યો. તરત મનને આંખ ખોલી, અંકિતા બોલી, "આરુ પ્લીઝ સહકાર આપ. તારી દુલ્હન બનવાનું સપનું પૂરું કર." તરત એક ઈંજેક્શન આપ્યું. થોડી વાર બંને એકમેકમાં ખોવાઈ ગયાં, હોઠ મૌન હતાં અને નજર અઢળક વાતો કરી રહી હતી. ત્યાં જ રશ્મિએ અંદર આવી ગીત ગાવા લાગી, 'લો ચલી મૈ, અપને દેવર કી બારાત લે કે... ' બધા ખુશખુશાલ.

પાંચ વર્ષ પછી અંકિતાનું સન્માન થયું ત્યારે અંકિતા હરખના આંસુ સાથે બોલી કે "એક જ ઈચ્છા છે મને હર જન્મમાં આજ પતિ અને આજ પરિવાર મળે." ઓડિયન્સમાં ભવાનભાઈ એ મીઠી મુસ્કાન સાથે આંખના ખૂણા લુછ્યા બાજુમાં બેઠેલ આરવ બોલ્યો "આઈ લવ યુ પપ્પા." ત્યારે જ આરવના ખોળામાં બેઠેલી પરી બોલી "આઈ લવ યુ દાદુ"
અને ત્રણે હસી પડ્યા.

સમાપ્ત

*****

રૂપલ મહેતા

દિલથી શબ્દો સાથે નાતો. સાહિત્ય જગતમાં લખવાનું સપનું સાકાર કરી રહ્યા છે.

કિરણબેન બાલકૃષ્ણ શર્મા

હું એક નિવૃત્ત શિક્ષિકા છું.
મને સાહિત્ય લેખન પ્રત્યે ખૂબ જ લગાવ છે.

ધ્વની મિતેષ પટેલ

ધ્વની પટેલ, હાઉસ વાઈફ સાથે એક લેખિકા પણ છું. હું ૭ - ૮ પુસ્તક માં કો-ઓથર તરીકે રહી ચુકી છું અને ઘણા અદભૂત લેખ લખ્યા છે. હું મારી માતૃભાષા ને પ્રાધાન્ય આપું છું.

આશા ગાંગાભાઈ મકવાણા

"ગીર સોમનાથની ધરતીથી હું આશા મકવાણા હાલ કૉલેજનાં ત્રીજા વર્ષમાં અભ્યાસ કરું છું, મા સરસ્વતીનાં આશિષથી 6th ધોરણમાં જ કલમને હાથમાં લઈ લીધી છે, મેં એક સ્વ-રચિત રચનાનું પુસ્તક (માનો સ્નેહ) પ્રકાશિત કર્યું છે, તેમજ વિવિધ પુસ્તકોમાં સહ-લેખિકા તરીકે પણ લખું છું."

લતાબેન કંચનભાઈ ચૌહાણ

"નામ- લતાબેન ચૌહાણ

ગામ- ગોધરા

વ્યવસાય- નિવૃત આંગણવાડી ટીચર

અભ્યાસ- ઇન્ટર બી. કોમ.

શોખ- વાંચન, લેખન અને સંગીત સાંભળવું ગમે છે "

જાગૃતિ કૈલા, "ઊર્જા"

મોરબી નિવાસી, એક શિક્ષક, સાહિત્ય ક્ષેત્રે વિદ્યાર્થીની. લેખન વાંચનનો શોખ. ટૂંકીવાર્તાઓ લખવી વધુ ગમે. જીવનમાં એક સુપ્રસિદ્ધ નવલકથા લેખનની અભિલાષા.

નિયતિ

સહલેખક

૧) શમીમ મર્ચન્ટ “શમાં”

૨) ભગવતી પંચમતીયા “રોશની”

૩) સંગીતા દત્તાણી

૪) આલોક સાવલિયા “અતીત”

૫) હરદેવ રાઠોડ “ઘાયલ સંન્યાસી”

૬) ક્રિષ્ના ઉકાણી “ક્રિષ્વી”

નિયતિ

“એય તું, સિંગલ પાંસળી! અહીં આવ. તું મુંબઈકર નથી લાગતો, ક્યાંનો છો?”

કોલેજના પહેલા દિવસે શિવમ જોશીનું સ્વાગત, તેટલું જ ભયાનક રહ્યું, જેટલું એણે ધાર્યું હતું. તે અહીં ફક્ત એટલા માટે આવ્યો હતો, કારણ કે તેના પપ્પા તેને મોટા શહેરમાં ભણાવવા માંગતા હતા, નહિતર, શિવમ તેના નાના શહેરમાં ખૂબ જ સંતુષ્ટ હતો. ફેન્સી કોલેજોની રેગિંગ પ્રખ્યાત હતી અને મુંબઈમાં પગ મુકવાની સાથે શિવમને તેના બિહામણાં સપનાં આવવા લાગ્યા. સિનિયર વિદ્યાર્થીઓની ટોળી તેને અવિવેકી રીતે ઘેરીને ઊભી હતી. તેમને જવાબ આપતા પહેલા, મોહિતે ઊંડો શ્વાસ લીધો, હિંમત ભેગી કરી અને ધીમેથી કહ્યું, "સાપુતારા."

“સાપુતારા? ગુજરાતમાં એક નાનકડું માચીસની ડબ્બી જેટલું શહેર છે ને? એની વે, તારા હાડપિંજર જેવા શરીરને જોતા લાગતું નથી કે તારી બધી પાંસળીઓ હશે, માંડ એક કે બે હશે. ચાલ, એક ગુડ બોય ની જેમ શર્ટ ઉતાર, અમને તારી પાંસળીઓ ગણવી છે.”

બધા જોર જોરથી હસવા લાગ્યા અને શિવમ સૂકા પાંદડાની જેમ કાંપી ગયો. હજી તો તે તેનું પહેલું બટન ખોલે, તે પહેલા એક છોકરી ક્યાંકથી ઝૂમ કરીને આવી અને તેની અને ગુંડા છાત્રો વચ્ચે દિવાલની જેમ ઊભી રહી ગઈ. “રેગિંગ કરવી સજાપાત્ર ગુનો છે અને હું ફરિયાદ કરીશ. જો તમે તેનું પરિણામ ભોગવવા ન માંગતા હોવ તો પાછળ હટી જાઓ.”

કોઈ જવાબ આપે તે પહેલા યુવતીએ શિવમનો હાથ પકડ્યો અને તેને લઈને ત્યાંથી ચાલતી થઈ. સ્તબ્ધ શિવમ ખોવાયેલા ગલુડિયાની જેમ તેની પાછળ પાછળ ગયો. આગળ રમતના મેદાનમાં, એક ઝાડ નીચે, છોકરીએ તેનો હાથ છોડ્યો અને તેની તરફ વળી. "હાય, હું નિકીતા દેસાઈ, પ્રથમ વર્ષની વિધાર્થી."

મોહિતે તેની સાથે હાથ મિલાવ્યો અને મંદ સ્મિત કર્યું, “હું શિવમ. મને બચાવવા બદલ થેંક યું. એ લોકોની સામે તમે ખૂબ હિંમતથી કામ લીધું "

નિકીતાએ આંખો ફેરવી અને ભ્રમર ઊંચા કરતા ટિપ્પણી કરી, “આવા શાર્ક વચ્ચે ટકી રહેવાની આશા રાખતા હોવ તો તરતા આવડવું જ જોઈએ. હું જન્મથી મુંબઈકર છું અને આ ગુંડાઓને સારી રીતે ઓળખું છું. પરંતુ આપણા ક્લાસરૂમ વિરુદ્ધ દિશામાં છે, તું કેમ્પસની આ બાજુ શું કરી રહ્યો છે?"

"હું લાઇબ્રેરી શોધી રહ્યો હતો, મારે મેમ્બરશિપ કાર્ડ બનાવવું છે."

નિકીતાએ કપાળે હાથ માર્યો અને રમતિયાળ સ્મિત કર્યું, "હે ભગવાન, તું તો અભ્યાસી પ્રકારનો નિકળ્યો! રિલેક્સ અને થોડી મજા કરવાનું પણ વિચાર. કૉલેજ લાઇફ અદ્ભુત હોય છે. ચિંતા નહીં કર, હું તને દરેક બાબતમાં મદદ કરીશ."

અને બસ જોતજોતાંમાં, તેઓ મિત્રો બની ગયા.

કોલેજના પહેલા જ દિવસે એક પછી એક

તેની સાથે બનેલા જબરજસ્ત એપિસોડથી શિવમ એકદમ હચમચી ગયો હતો. પછીથી તેને એહસાસ થયો કે નિકીતામાં એક ડ્રીમ ગર્લના લક્ષણો હતા: બોલ્ડ એન્ડ બ્યુટીફુલ! શિવમને વિશ્વાસ બેસી ગયો કે નિકીતા સાથે કોલેજના વર્ષો એટલા ખરાબ નહીં જાય, અલબત્ત તે રંગીન પણ બની શકે છે.

મોહિતે કોમર્સ લીધું હતું, જ્યારે કે નિકીતા આર્ટ્સની વિધાર્થી હતી. છતાં બંને ખુશ હતા કે તેમની વચ્ચે બે વિષયો સામાન્ય હતા: અંગ્રેજી અને અર્થશાસ્ત્ર, અને તે લેક્ચર્સમાં તેઓ સાથે બેસતા.

"મારે અંગ્રેજી નહોતું લેવું જોઈતું, આ બધી કવિતાઓ મારા મગજની ઉપરથી જઈ રહી છે." શિવમના એકરારથી નિકીતા હસી પડી અને તેની પીઠ થપથપાવી, "અંગ્રેજી ભલે અઘરી લાગે, પણ તે સુંદર છે. તદુપરાંત, તું શા માટે ચિંતા કરી રહ્યો છે? હું છું ને, તારી ઓલ ટાઈમ ફ્રી ટ્યુટર!" તે પોતાની જ ટિપ્પણી પર ફરી એકવાર હસી પડી. શિવમની નજર તેના પરથી હટી જ નહોતી રહી. નિકીતાનું સ્મિત મંત્રમુગ્ધ કરી દેનારું હતું અને શિવમને લાગ્યું કે તે ઝડપથી આ ચુલબુલી છોકરીના પ્રેમમાં પડી રહ્યો છે.

જે બાબત નિકીતાને શિવમ તરફ આકર્ષત કરી રહી હતી, તે હતી તેની સાદગી અને સત્યતા, જે આજકાલ એક દુર્લભ ગુણ હતું. શિવમ સોશિયલ મીડિયા થી અજાણ નહતો, પરંતુ નિકીતાએ તેને ઘણી ઝીણી વિગતો શીખવાડી. તેમની સંસ્કૃતિ અને પ્રકૃતિ એકબીજાથી અલગ હતી; નિકીતા મહારાષ્ટ્રીયન અને શિવમ ગુજ્જુ. તેમ છતાં, નિકીતાને આશ્ચર્ય થયું કે તેઓ એકબીજા સાથે કેટલી સારી રીતે હળીમળી ગયા હતા. તેઓ એકબીજા વિશે ઘણું વિચાર્યા કરતા અને એકબીજાની કંપનીમાં વધુને વધુ સમય વિતાવવાના બહાના શોધ્યા કરતા. તદુપરાંત, બંનેના બીજા મિત્રો હતા, પરંતુ તેઓ ચોક્કસપણે દિવસનો એક ભાગ સાથે વિતાવવાની ખાતરી કરતા.

નિકીતાની સરખામણીમાં શિવમ શરમાળ અને અંતર્મુખી હતો, જો કે નિકીતા તેને ક્યારેય ચૂપ રહેવા કે અલગથલગ રહેવા નહોતી દેતી. તે તેને જીજ્ઞાસ્પૂર્વક પ્રશ્નો પૂછ્યા કરતી અને શિવમ જવાબ આપવા મજબૂર થઈ જતો. પોતાની વિગતો નિકીતા તેને સ્વેચ્છાએ આપી દેતી.

“હે પ્રભુ! નિકીતા, તું બહુ બોલે છે યાર! ન તો તું પોતે ચૂપ રહે છે અને ન મને રહેવા દે છે.”

"શ્રીમાન શિવમ જોશી, આપણે ફ્રેન્ડઝ છીએ, તો એકબીજા વિશે તમામ બાબતો ખબર હોવી જોઈએ. અને વાત કર્યા વિના, એ કેવી રીતે શક્ય થાય?" તેણે કમર પર હાથ મૂકીને શિવમની ઉલટતપાસ કરી.
મોહિતે હસીને માથું હલાવ્યું. તેણે નમસ્કારમાં હાથ જોડ્યા અને નિકીતા સામે શીશ નમાવ્યું, "ઠીક છે માતે, જેમ તમે કહો એમ." નિકીતા દેવીની જેમ ઊભી રહી અને હથેળી ઉંચી કરતા સ્ટાઈલમાં બોલી, "તથાસ્તુ બાલક!"

અજાણતા અને નિશબ્દ; ધીમે ધીમે તેઓ એકબીજા માટે ખાસ બની ગયા. તેમનો પ્રેમ નિર્દોષ અને પવિત્ર હતો, પરંતુ બંને કબૂલ કરવાથી ડરતા હતા, ક્યાંય તેમની અમૂલ્ય મિત્રતા પર કોઈ આંચ ન આવી જાય.

શિવમ હોસ્ટેલમાં રહેતો હતો અને નિકીતાને ખબર હતી કે તેને ઘરનું ભોજન ખાવાની કેટલી ઈચ્છા થતી હતી. તેણે શિવમને કોલેજની કેન્ટીનમાં ખાવાનું બંધ કરવાનું કહ્યું અને તેના માટે દરરોજ ઘરેથી જમવાનું લાવતી. શિવમને તેની આ વાત ખૂબ ગમતી, પરંતુ તે નહોતો ઇચ્છતો કે નિકીતા એના માટે આટલી તકલીફ ઉપાડે. "નિકીતા પ્લીઝ. દરરોજ મારા માટે આટલો કષ્ટ ના ઉપાડ. મારો મતલબ છે, કે આઈ રિયલી લાઈક ઈટ, બટ મને ખરાબ લાગે છે કે તું મારા માટે આટલી ...."

"એ મિસ્ટર શિવમ, તું દંભી જેવું વર્તન કરવાની હિંમત ન કરતો!"

શિવમ મુઝવણમાં પડી ગયો, "શું દંભી?"

"જો અગર તું મને તારો મિત્ર માને છે, તો ચૂપચાપ જમી લે, નહીં તો કાલથી આપણે નહીં મળીશું."

શિવમ તેના હોઠ પર આવતી સ્મિતને રોકી ન શક્યો, "ઓ ગોડ! યુ આર ઈમ્પોસિબલ નિકીતા. સીધું સંપૂર્ણ અને અંતિમ ધમકીઓ, વચ્ચેનું કંઈ નહીં."

"દેખીતી વાત છે, તને બીજી કોઈ ભાષા ક્યાં સમજાય છે!"

ક્યારે ક્યારે, તેઓ કોલેજની બહાર મળતા, ચાલવા જતા, અથવા સાયકલ ચલાવવા કે પછી કોફી પીવા જતા. મોડી રાત સુધી વોટ્સએપ ઉપર ચેટ કરવું તો એક નિયમ બની ગયું હતું. એકબીજા સાથે કંઈ પણ નવું થતું, તો બીજા કોઈને કહેવાની પહેલા, એકબીજાને જાણ કરતા.

ગ્રેજ્યુએશનના બીજા વર્ષના અંત સુધીમાં, આખી કૉલેજ તેમનો મજાક ઉડાવી રહી હતી અને તેમને કપલ હોવાનો ખિતાબ આપી દીધો હતો. શિવમ અને નિકીતા બંને, ન તેના પર કોઈ ટિપ્પણી કરતા, અને ન તો તેના વિશે આપસમાં કોઈ ચર્ચા કરતા. બંને તેમની મૌન પરસ્પર સમજણની તરફેણમાં હતા.

ફાઈનલ પરીક્ષા પહેલા, કોઈ જાણ કર્યા વિના, નિકીતા થોડા દિવસો સુધી કૉલેજ ન આવી. જ્યારે મોહિતે તેને મેસેજ કર્યો ત્યારે તેણે અસ્પષ્ટ બહાના આપ્યા. નિકીતાનો જવાબ બિલકુલ સંતોષકારક નહોતો અને શિવમની ચિંતાએ તેને નિકીતાના મિત્રોને પૂછપરછ કરવા માટે મજબૂર કર્યો. અસલ કારણ જાણ્યા પછી તેને આઘાત લાગ્યો અને મોહિતે તે સાંજે નિકીતાને મળવા માટે દબાણ કર્યું.

પ્રારંભિક હેલો હાય પછી, એક અસ્વસ્થ મૌન તેમના વચ્ચે છવાય ગયું. મોહિતે ખીસામાં હાથ નાખ્યો, અગાઉ બનાવેલો ચેક કાઢ્યો અને તેને નિકીતા સામે મૂક્યો. નિકીતા આશ્ચર્યચકિત રહી ગઇ, તેની આંખ ભરાઈ આવી અને અવાજ ગળામાં દબાઈ ગયો. મોહિતે તેની સામે ઉદાસીન નજરે જોયું અને શરૂ કર્યું, "હું તારો સારો મિત્ર બનવામાં નિષ્ફળ રહ્યો."
"શિવમ?"

"નિકીતા, સાડા ચાર વર્ષની મિત્રતા પછી, જો તું તારી સમસ્યા મારી સાથે શેર ન કરી શકે અને તને એવું લાગે કે હું તારી મદદ કરવા માટે સક્ષમ નથી, તો હું તારો મિત્ર કહેવાને યોગ્ય નથી, ખરું ને?"

નિકીતાએ ક્ષોભમાં આંખો નીચી કરી નાખી. તેને બે કારણોસર ખરાબ લાગી રહ્યું હતું. એક, તેણે શિવમ જેવા સારા મિત્રથી પોતાની તકલીફ છુપાવી, બીજું, એને શરમ આવતી હતી કે તે આ આર્થિક સંકટમાંથી પસાર થઈ રહી હતી. કહેવાની જરૂર નથી, જો ફી નો બંદોબસ્ત નહીં થાય તો કોલેજ તેને પરીક્ષામાં બેસવાની પરવાનગી નહીં આપે. "શિવમ, આ બહુ મોટી રકમ છે, હું તારા ખિસ્સામાં આટલું મોટું કાણું કેવી રીતે પાડી શકું?"
મોહિતે માથું હલાવ્યું અને નિશ્ચિતપણે જાહેર કર્યું, "સારું, તારી વાત એકદમ વાજબી છે. હવે મારો નિર્ણય પણ સાંભળ. કાં તો તું આ પૈસા લઈ લે નહીં તો હું પરીક્ષા નહીં આપું. સમજી ગઈ?"
નિકીતાને ધ્રાસકો પડ્યો, "શિવમ, તું આવું નથી કરી શકતો... સીધું સંપૂર્ણ અને અંતિમ ધમકીઓ, વચ્ચેનું કંઈ નહીં."
મોહિતે અર્થપૂર્ણ સ્મિત કર્યું અને નિકીતાના જૂના સંવાદને પુનરાવર્તિત કર્યો, "દેખીતી વાત છે, તને બીજી કોઈ ભાષા ક્યાં સમજાય છે!"

નિકીતાએ શિવમ પાસેથી ચેક તો લીધો પણ તેનાં મનમાંથી હજુ એ બાબતનો ક્ષોભ જતો ન હતો. શિવમ આ વાત સમજી ગયો હતો. પોતાને રેગિંગથી બચાવનારી નિકીતા આર્થિક સંકડામણને લીધે ઢીલી પડી ગઈ હતી. શિવમને નિકીતાની આ મનોદશા ખૂંચી રહી હતી. તેણે પરીક્ષાની તૈયારીઓ વિશે તેમજ બીજી આડી અવળી વાતો કરીને નિકીતાનું ધ્યાન બીજે વાળવાની ભરચક્ક કોશિશ કરી. તે થોડે ઘણે અંશે તેમાં સફળ પણ રહ્યો.
એકાદ દિવસ પછી નિકીતા અને શિવમ બંને બીજું બધું ભૂલીને પરીક્ષાની તૈયારીઓ કરવા માંડયાં. બંનેનાં પેપરો ખૂબ સારાં ગયાં. પૂરા દોઢ મહિનાનાં ઈન્તજાર પછી બંનેની મહેનતનું ફળ પરિણામ સ્વરૂપે તેમનાં હાથમાં હતું.

બંનેએ પોતપોતાની સ્ટ્રીમમાં ટોપ કર્યું હતું. એ ખુશીની સાથે સાથે બંને છેક દોઢ મહીને મળ્યાં તેથી શિવમ ખૂબ જ ખુશખુશાલ હતો. પરીક્ષા પછીનું વેકેશન માણવા શિવમ સાપુતારા પોતાને ઘેર ચાલ્યો ગયો હતો. જયારે નિકીતા મુંબઈમાં જ હતી. નિકીતા પણ શિવમને મળીને અંદરથી ખૂબ ખુશ હતી. પરંતુ, તેને હજુ શિવમ આપેલાં ફીનાં રૂપિયા પરત આપવાનાં બાકી હતાં. તેની થોડી ચિંતા પણ હતી.

વેકેશનનો દોઢ મહિનો બંને ફોનથી સતત સંપર્કમાં હતાં. શિવમ તેને સાપુતારાની પ્રાકૃતિક સુંદરતાનાં ફોટાઓ મોકલતો. એ

જોઈને પ્રકૃતિપ્રિય નિકીતા ખૂબ ખુશ થઈ જતી. તેણે શિવમને કંઈક સ્પષ્ટ કહ્યું ન હતું પણ તે શિવમનાં હાથમાં હાથ પરોવીને, એ બધી જગ્યાઓએ મનોમન ફરી આવી હતી! એથી આગળ વધીને તેણે તો શિવમનાં હાથે, સાપુતારાની ફ્રેશ સ્ટ્રોબેરી પણ અનેક વખત ખાઈ લીધી હતી! અલબત્ત સપનામાં જ સ્તો! નિકીતાએ આ દોઢ મહિના દરમ્યાન, શિવમને પ્રપોઝ કરવા માટેની સ્પીચની, અરીસા સામે ઊભીને કેટલીય વાર પ્રેક્ટીસ કરી હતી. જોકે તેને એકપણ વાર પોતાની સ્પીચથી સંતોષ થયો ન હતો એ જુદી વાત હતી.

નિકીતાનાં મનોજગતમાં શિવમનું રાજ હતું પણ વાસ્તવિક જગતમાં નબળી આર્થિક સ્થિતિનો અજગર તેનાં કુટુંબને ધીરે ધીરે ભરડામાં લઈ રહ્યો હતો.

ઘરમાં મદદ કરવા માટે નિકીતાએ વેકેશનનો સદુપયોગ કરવાનું વિચાર્યું. તેણે એક ઓફિસમાં પાર્ટ ટાઇમ જોબ કરવાનું શરુ કર્યું હતું. સવારની આઠને વીસની લોકલમાં તે ટીફિન લઇને ઓફીસ જતી. સાંજે પાંચ વાગ્યે તે થાકીને ઘેર પાછી ફરતી. અથાણાંની સીઝન હોય તેનાં મમ્મી સરલાબેન અથાણાં બનાવીને વેચતાં. એટલે ઘેર પરત ફરીને નિકીતા મમ્મીને મદદ પણ કરતી. મધ્યમ વર્ગનાં લોકોની જિંદગીઓ બહુ સંઘર્ષમય હોય છે. સમાજમાં પોતાનું સ્થાન જાળવી રાખવા તેઓ નીચલા વર્ગની જેમ શરમ

મૂકીને કોઈ પાસે હાથ પણ લાંબો નથી કરી શકતાં હોતાં. દિવસભર વ્યસ્ત રહેતી નિકીતા જેવી પથારીમાં પડતી કે તરત શિવમ પાંપણે આવીને બેસી જતો! તેની સાથે સહજીવન જીવવાનાં સુમધુર સ્વપ્ન જોતાં જોતાં જ નિકીતાની સવાર પડતી. મોબાઈલમાં પોતાનું ગમતું ગીત 'હમે તુમસે પ્યાર કિતના....' તેણે એલાર્મના રિંગટોન તરીકે મૂકેલું. તેનાં વાગવાથી તે સ્વપ્નલોકમાંથી ફરી વાસ્તવિકતામાં આવી જતી! લોકલ ટ્રેનમાં ધક્કા ખાતાં ખાતાં પણ શિવમ તેને વિસરાતો નહી.
કૉલેજનાં પાંચ વર્ષોનાં સાથ દરમ્યાન જે તેને એટલું રીયલાઈઝ ન હતું થયું તેટલું આ છેલ્લાં દોઢ મહિનાની જુદાઈમાં થઈ ચૂક્યું હતું.

નિકીતાએ પાક્કો નિશ્ચય કરી લીધો હતો કે શિવમ મળશે એટલે તે પોતાનાં મનની વાત તેને જરૂર જણાવી દેશે. શિવમ થોડો ઓછાબોલો હોય તે ન કહે તો પણ પોતે સામેથી જ પ્રપોઝ કરી દેશે. પોતાનાં મનની વાત તેણે પોતાનાં મત-પિતાને પણ જણાવી દીધી. થોડી આનાકાની પછી તેઓ પણ દીકરીની વાત માની ગયાં. એટલે એ બાજુથી પણ નિકીતા નચિંત બની ગઈ. શિવમ તેને પ્રેમ કરે છે તેની પણ તેને જાણ હતી. તેથી તેમનાં પ્રેમમાં કોઈ વિઘ્ન નથી એ વિચારે નિકીતા મનોમન ખૂબ ખુશ હતી.

શિવમનાં મનમાં પણ નિકીતા કૉલેજનાં પહેલાં દિવસથી જ વસી ગયેલી. તે પણ જાણતો હતો કે નિકીતા તેને મનોમન ચાહે છે. તેને પણ દોઢ મહિનો નિકીતાથી દૂર રહેવું આકરું થઈ પડેલું. પરીક્ષા પૂરી થઈ ગઈ હોવાથી તેની પાસે મુંબઈમાં રોકાવાનું કોઈ બહાનું ન હતું. એટલે તેને પપ્પા પાસે પાછું ફરવું પડે તેમ હતું. તેનાં એકલવાયા પપ્પા પુત્રની કાગડોળે વાટ જોઈ રહ્યાં હતાં. શિવમનાં મનમાં માતાની સ્મૃતિઓ બહુ સારી ન હતી. તેની માતા તેને પાંચ વર્ષનો મૂકીને તેનાં પડોશી સાથે ભાગી ગઈ હતી. મોહિતે આ વાત કૉલેજમાં ફક્ત નિકીતાને જ કરેલી.

શિવમને નિકીતા સાથે દોસ્તી કરતાં થોડો સંકોચ એમ પણ થતો હતો કે ક્યાંક માતાની જેમ નિકીતા પણ તેને દગો ન આપે. પિતાનાં પ્રેમે માતાની ખોટ તો ન સાલવા દીધી પણ બીજો દગો તેનું લાગણીશીલ માનસ સહન કરી શકે તેમ ન હતું. જોકે નિકીતા જોડે પાંચ વર્ષની મિત્રતા બાદ તેને ખાતરી થઈ ગઈ હતી કે નિકીતા તેને ક્યારેય દગો નહીં આપે. આજે તેણે પણ નિકીતાને પ્રપોઝ કરવા વિચાર્યું હતું. પિતાએ આપેલી ખિસ્સા ખર્ચની રકમમાંથી પૈસા બચાવીને તેણે એક નાજુકડી અમેરીકન ડાયમંડની રિંગ ખરીદી. રીપોર્ટ કાર્ડ લઈને તેણે ફરી એકવાર પેન્ટના ખિસ્સાં પર હાથ દબાવીને રિંગ સલામત હોવાની ખાતરી કરી.

નિકીતા રીપોર્ટ કાર્ડ લઈને તેની સખીઓને મળવા ગઈ હતી. શિવમ પણ કૉલજનાં બીજાં મિત્રોને મળ્યો અને પછી કોરીડોર તરફ નિકીતાને પ્રપોઝ કરવા માટે ગયો. થોડું ચાલીને તેનાં પગ થંભી ગયાં. તે સામે ભજવાય રહેલું દ્રશ્ય જોઈને સ્તબ્ધ થઈ ગયો. નિકીતા, હા તેની નિકીતા કોઈ તેનાં જેવડાં જ છોકરા જોડે હસી હસીને વાતો કરી રહી હતી.

શિવમ પૂતળાની જેમ ઊભો હતો ત્યાં જ ખોડાઈ ગયો! હદ તો ત્યારે થઈ જયારે નિકીતાએ હસી હસીને તે છોકરાને ગળે લગાવી દીધો. શિવમને પોતાની આંખો પર વિશ્વાસ ન હતો બેસતો કે પોતે જે જોયું તે સપનું છે કે હકીકત! નિકીતા સાથે થોડી વાતો કરી તે છોકરાએ તેની સાથે હાથ મીલાવ્યો. પછી નિકીતાનો હાથ પોતાનાં હાથમાં જ રહેવા દઈને થોડીવાર વાતો કરી. પછી તે છોકરો શિવમથી ઉલ્ટી દિશામાં ચાલ્યો ગયો. શિવમનાં ગુસ્સો આભને આંબવા લાગ્યો. તે ઝડપથી નિકીતા પાસે પહોંચ્યો. જઈને તેણે નિકીતા પર સીધું વરસવાનું શરુ કરી દીધું. શિવમની આંખોમાંથી સૂરજનાં અગ્નિ કિરણો જેવો ક્રોધ વરસી રહ્યો હતો. ગુસ્સાથી તેનો ચહેરો તમતમી ઉઠયો હતો.

“મેં તને કહ્યું હતું કે હું દગો સહન નહીં કરી શકું. તો પણ તેં એ જ કર્યું ને? મારી મમ્મી જેવી જ દગાબાજ નીકળી તું. મારાં બધાં અરમાનો પર પાણી ફેરવી દીધું તેં તો. મારા પ્રેમમાં શું ખામી

લાગી કે તું બીજાં જોડે પણ પ્રેમનું નાટક કરી રહી છો? તારાં પર ભરોસો કરીને મેં મારી જિંદગીની સૌથી મોટામાં મોટી ભૂલ કરી છે. હું તો તને આજે પ્રપોઝ કરવાનો હતો પણ સારું થયું કે તારી સચ્ચાઈ મારી સામે આવી ગઈ."

નિકીતા તો શિવમનું આવું રૂપ જોઈને સમસમી જ ગઈ! તેની સુંદર આંખો અશ્રુઓથી ભરાઈ ગઈ. રૂંધાતા સ્વરે તે બોલી. "તને ખબર છે તું શું બોલી રહ્યો છે? મારાં પર શંકા કરીને દગો તો તેં મને કર્યો છે. આવાં અવિશ્વાસુ વ્યક્તિ મને પણ પસંદ નથી. લે આ તારાં એક્ઝામ ફીનાં મને આપેલાં રૂપિયા! આજથી તારો અને મારો રસ્તો અલગ છે. ફરી ક્યારેય મને તારું મોં બતાવીશ નહીં." એમ કહી શિવમનાં હાથમાં રૂપિયા આપીને નિકીતાએ આંસુ લૂછી ચાલતી પકડી. શિવમ ખુન્નસભરી નજરે તેને જતાં જોઈ રહ્યો.

નિકીતા ખૂબ જ અપસેટ હતી હવે શું કરવું? સપનાંઓ તો જાણે ક્યાંય વરાળ થઈને ઊડી ગયા હતા. હવે માત્ર તેને એક જ રસ્તો દેખાતો હતો. જે ઓફિસમાં તે કામ કરતી હતી તે ઓફિસ સ્નાતકોને ફોરેન જવાની બધી જ સગવડ કરી આપતી હતી. નિકીતા પણ તરત જ નિશ્ચય કરી લીધો કે બસ હવે તો મારે પણ ફોરેન જ જવું છે.

બીજે દિવસે ઓફિસે પહોંચીને બોસને વાત કરી. બોસ તો ખૂબ જ ખુશ થયા અને નિકીતાના પાસપોર્ટ, વીઝા વગેરેની કાર્યવાહી શરૂ કરી દીધી. નિકીતાએ ઘરનાં લોકોને પણ સમજાવી દીધા. શરૂઆતમાં તો ઘરના બધાએ આનાકાની કરી હતી અને મમ્મીને તો બસ તેને પરણાવવાની જ ઉતાવળ હતી પણ એ નિકીતાને મંજૂર ન હતું.

પ્રેમથી માને સમજાવતાં કહ્યું હતું કે, "મમ્મી જો ફોરેન જઈશ ને તો નવી દુનિયા જોવા મળશે અને આપણે કોઈ જ ખર્ચો કરવાનો નથી. બોસ જ બધી સગવડ કરી આપવાના છે અને મમ્મી હું એકલી નથી જવાની પચાસ સ્ટુડન્ટ્સને ઓનલાઈન એડમીશન પણ મળી ગયું છે અને મારે લંડન જવાનું છે."

લંડનનું નામ સાંભળી મમ્મી ખૂબ જ ખુશ થઈ ગઈ. અને ઊંડા વિચારોમાં ગરકાવ થઈ ગઈ. નિકીતાના મમ્મી સરલાબેનને પોતાના જીવનના સોનેરી દિવસો યાદ આવી ગયા. વિનય સાથે જોયેલાં સપનાંઓને બેચેનીથી યાદ કરી રહ્યાં.

સરલાબેન અંગ્રેજી વિષય સાથે આર્ટ્સ વિભાગમાં અને વિનય સાયન્સ વિભાગમાં માઈક્રોબાયોલોજી સાથે એક જ કોલેજમાં સાથે હતાં. વિનયને પણ સરલાબહેન પ્રત્યે પ્રેમની લાગણી જન્મી જ હતી તેમાં બેમત ન હતો. માઈક્રોબાયોલોજીમાં યુનિવર્સિટી

ફર્સ્ટ આવેલા વિનયને ફર્ધર એજ્યુકેશન માટે લંડન જવાની તક મળતાં તેની ખુશીનો પાર રહ્યો ન હતો પણ સરલાબહેન એ સહન કરી શક્યા ન હતા.

સરલાબહેનને પણ તેણે વચન આપ્યું હતું કે હું મારું સ્ટડી પૂરું કરીને તરત જ દેશમાં પાછો ફરીશ. પણ ફોરેન ગયેલાં થોડાં કદી પાછા ફર્યા છે! બે વર્ષ સુધી તો બંનેની વાતો પત્રો દ્વારા ચાલી ક્યારેક વિનયનો ફોન પણ આવતો ત્યારે વિનયની સરલા ખરેખર ખીલી ઊઠતી.

સરલાબહેનના પપ્પાને પણ આ વાતની ખબર જ હતી. ચાર ચાર વર્ષ વિનયના કોઈ જ સમાચાર ન આવતા અંતે સરલાબહેનને તેમના પપ્પાએ કહ્યું નિરવભાઈ જોડે લગ્નગ્રંથિથી જોડાઈ ગયાં હતાં.
નિરવભાઈ પણ પ્રેમભગ્ન હતાં. લગ્નની પહેલી જ રાતે બંનેએ એકબીજાને પોતાના ભૂતકાળ વિશે જાણ કરી દીધી હતી અને નવજીવનની શરૂઆત કરી હતી.

સુંદર રીતે બંનેનું દાંપત્યજીવન પસાર થતું હતું. મધ્યમવર્ગના હોવા છતાં બંનેને કોઈ કલેશ ન હતો. સરલાબહેન સંતોષી હતાં. નિકીતાના જન્મ પછી ઘરકામમાં થોડી તકલીફ પડતી પણ

સરલાબહેનના સાસુ તેમને મદદ કરતાં ખાસ કરીને મીઠડી નિકીતાના ઉછેરમાં તેમનો મોટો ફાળો હતો.

"મમ્મી, મમ્મી ક્યાં ખોવાઈ ગઈ તું!" નિકીતાએ સરલાબહેનને ઢંઢોળતા પૂછ્યું.

અથાણાંવાળા હાથને સાફ કરતાં સરલાબહેન બોલ્યા, "ના બેટા એ તો કંઈ નહીં એમ જ જૂના દિવસો યાદ આવી ગયા અને મારી હા છે, તું લંડન જઈ શકે છે બેટા. ખૂબ ખૂબ આગળ વધ એવા મારા આશીર્વાદ છે." નિકીતા ખૂબ ખુશ થઈને નાચવા લાગી. "મમ્મી તું મારી મમ્મી જ નહીં પણ મારી બહેનપણી જેવી છો." દાદીમા મણીબેન પણ સાથ પૂરાવવા આવ્યા અને કહે કે, "હું તારી બહેનપણી નથી શું?"

"અરે બા, તમે તો મારા પહેલા બહેનપણી છો. મમ્મી તો પછી કારણકે તમે મારા ઉછેરમાં મમ્મીને કેટલો સાથ આપ્યો છે!" ત્યાં તો નિરવભાઈ પણ ઘરમાં પ્રવેશતાં બોલ્યા કે, "એ મારી ઢીંગલી, તો હું કોણ છું?"

નિકીતાએ પપ્પાને ભેટી પડતાં કહ્યું, "તમે તો મારા હીરો છો પપ્પા." આમ હસી મજાક કરતાં કરતાં બધાં જમવા બેઠાં.

નિકીતાને હવે કોઈ રંજ ન હતો બસ હવે તો ઊડવું જ છે. જમતાં જમતાં રોજની માફક થોડી હસી મજાક કરતાં નિકીતાએ કહ્યું, "મમ્મી, કાશ હું તને સાથે લઈ જઈ શકી હોત!"
"હા હા બેટા મમ્મીને જ લઈ જા અમારું ભલેને પછી અહીંયા જે થાય એ?"બા અને પપ્પા બોલી રહ્યા.

આ બધા વચ્ચે અનેકવાર શિવમની યાદ આવી જતી અને આંખમાં આંસુ ભરાઈ જતા પણ નિકીતાએ ક્યારેય કોઈને વાતની ખબર પડવા દીધી નહી. એ હજી પણ સમજી શકી ન હતી કે મોહિતે એની સાથે આવો વ્યવહાર શા માટે કર્યો અને વાત કરવાનું મોકો શા માટે ન આપ્યો? અને એને એમ પણ વિચાર આવતો કે એ આટલું થયા છતાં શિવમ ને નફરત નથી કરી શકતી અને ભૂલી પણ નથી શકતી આવું શા માટે?

આ તરફ શિવમની પણ કંઈક આવી જ હાલત હતી. એ પણ માલીનીને ભૂલી શક્યો નહતો. પણ એનો ભૂતકાળ વારેવારે એના મન પર છવાઈ જતો હતો અને એના કારણે જ એ આવી રીતે વરત્યો હતો. એ આજે પણ માલિકીને ખૂબ જ પ્રેમ કરતો હતો પણ ભૂતકાળના પુનરાવર્તન થી ડરતો હતો..

રોજ ઑફિસેથી છૂટીને નિકીતા કંઈક ને કંઈક વસ્તુ લઈ આવતી જાણે તેને ફરી પાછું ક્યારેય મુંબઈ આવવાનું જ ન હોય!

સપનાંઓ સજાવતી, ઉછળતી, કૂદતી નિકીતા ને મનમાં એક વધુ સપનું ઉપજ્યું. તેને થયું કે કાયમ માટે લંડન વસવાટ કરવા મળે તો! પણ એ સપનાને તેણે ફૂંક મારીને ઉડાડી જ દીધું હતું. એને પાછું પોતાના પરિવાર માટે મુંબઈ આવવું હતું અને શિવમ પણ તો અહીં જ હતો. મનના ભીતર માં એને હતું કે ક્યારેક તો ભવિષ્યમાં એ શિવમને મળશે....

લંડન જવાનો દિવસ નજીક આવતો અને ઘરનાં સૌ લોકોની ધડકન જાણે રોકાઈ જતી. દીકરી કેવી રીતે બધું કરશે? ભણશે, કમાશે કે પછી બીજું જ કંઈ કરશે? એવા અવનવા પ્રશ્નોથી સૌનું મન વ્યાકુળ બની જતું પણ નિકીતાને કોઈ જણાવા દેતું નહીં.

હવે એક જ બાબત બાકી હતી કે પેઈંગ ગેસ્ટ તરીકે ક્યાં રહેવું?

હવે જવાની અઠવાડિયાની જ વાર હતી વાતાવરણ તંગ થતું જતું હતું. સુટકેસો ભરાવા લાગી હતી. સગા વ્હાલાઓ મળવા આવતા હતા. બહેનપણીઓ તો રોજ આવતી અને અનેક શિખામણો આપીને જતી.
એવામાં એકદિવસ સરલાબહેનના નામથી એક એરલેટર આવ્યો.અક્ષરો પરથી જ ખબર પડી ગઈ કે લેટર કોનો છે.

વિનયનો લેટર અને મારા નામે! ધ્રૂજતાં હાથે તેણે કાગળ ખોલ્યો. સરલાબહેન વાંચી રહ્યાં હતાં અને કાગળ પૂરો કર્યા પછી તેને એક પ્રકારનો સંતોષ થયો.

પત્રમાં લખ્યું હતું કે, "નિકીતા ત્યાં આવે છે તો તેની ચિંતા કરીશ નહીં. તે મારી જ ઘરે રહીને ભણશે અને મારી પત્ની તેનું સંપૂર્ણ રીતે ધ્યાન રાખશે" વળી વિનયના પત્ની મીરાંબહેન જે કોલેજમાં પ્રોફેસર તરીકે સેવા બજાવતા હતા જે કોલેજમાં નિકીતાને એડમીશન મળ્યું હતું.

સરલાબહેનને થયું આ વિનયને ખબર કઈ રીતે પડી કે નિકીતા ત્યાં આવે છે! તેવામાં નિરવ અને નિકીતા એકસાથે ઘરમાં પ્રવેશ્યાં. સરલાબહેને તો કાગળ નિરવભાઈના હાથમાં જ થમાવી દીધો. નિરવભાઈને કશો વાંધો ન હતો. તેઓ તો ખૂબ જ ખુશ થયા. સરલાબેન ને નિરવભાઈ ના વ્યવહાર પર આશ્ચર્ય થયું.

અંતે એ ઉડવાનો દિવસ આવી પહોંચ્યો. નિકીતાને એરપોર્ટ પર મૂકવા બધાં ગયાં. ઇમિગ્રેશન વગેરે પતાવીને નિકીતા પ્લેનમાં બેઠી અને શિવમનો ચહેરો એની સામે તરવરી રહ્યો.

શિવમના વર્તનના પડઘા હજુ પણ નિકીતાના મન માં ગુંજી રહ્યા હતા. પણ નિકીતા સામે આવનાર સમયને અને ભવિષ્યને

આવકારવાનો સમય હતો. નિકીતા વિચારો માં ગરકાવ થઈ ગઈ, ત્યાં કેવું હશે ? લોકો કેવા હશે? ત્યાં ફાવશે કે નહીં? આ બધી અસમંજસ સાથે નિકીતા લંડન તરફ આગળ વધી રહી.

શિવમ મુંબઇ માં હજુ કોલેજ પુરી કરીને તરત કોઈ જોબ કરવા માંગતો ન હતો. મોહિતે આગળ ભણવાનું નક્કી કર્યું. માસ્ટરની ડિગ્રી માટે મુંબઇની સારી એવી પ્રતિષ્ઠિત કોલેજ માં એડમિશન લઈને આગળ ભણવાનું શરૂ કર્યું. નિકીતાને ખોવાનું દુઃખ બહુ ઊંડું હતું, શિવમના મન માંથી નિકીતા નીકળી ના હતી પણ શિવમ બને ત્યાં સુધી એની યાદો થી દૂર રહેતો હતો. મોહિતે પૂરું ફોકસ ભણવા ઉપર લગાવ્યું ને બસ એક સારી એવી ડિગ્રીના ધ્યેય સાથે મેહનત કરવા લાગ્યો.

નિકીતાની ફ્લાઈટ લંડન એરપોર્ટ પર આવી ચૂકી હતી. નિકીતા અવઢવ માં હતી કે કોણ લેવા આવ્યું હશે ત્યાં 'નિકીતા' નામનું બોર્ડ દેખાયું. જોયું તો વિનયભાઈ પોતે નિકીતાને લેવા આવ્યો હતાં અને એમનો પરિચય આપ્યો. નિકીતા થોડો સંકોચ અનુભવતી હતી વિનયભાઈએ નિકીતા ના મુખ પર સંકોચ વાંચી લીધો અને કહ્યું "બેટા જરા પણ ચિંતા ના કરીશ તારું જ ઘર છે અને પરિવાર સમજીને આરામ થી રહેજે ને ભણજે." નિકીતા ને વિનયભાઈની વાત થી સંકોચ દૂર થયો અને બંને કાર માં બેસી ઘર તરફ પ્રયાણ કર્યું. વિનયભાઈના પત્ની મીરાંબહેને નિકીતાને

પ્રેમ થી આવકારી હતી અને ખુબ જ ખુશ થયા. એમને ઘરે સથવારો મળ્યો. એમને સંતાન ના હતું, નિકીતા માં એમને પોતાની દીકરી દેખાઈ હતી. એમણે નિકીતા માટે જમવાનું બનાવી રાખ્યું હતું. નિકીતાને લંડન માં પોતાના ઘરે રહી હોય એમ જ લાગી રહ્યું હતું એ ખૂબ ખુશ હતી કે અજાણ્યા પ્રદેશ માં તેમનું ધ્યાન રાખવા વાળું જાણીતું જ હતું.

સાંજે બધાં બેઠા હતા, નિકીતા એ ઘરે વિડિઓ કોલ ઉપર સરલાબેન અને નિરવભાઈ સાથે વાત કરી અને જાણાવ્યુ મીરાંબેન પણ એજ કોલેજમાં છે જ્યાં નિકીતા એ એડમિશન લીધું છે ત્યારે સરલાબેનને હાશકારો થયો કે નિકીતા એકદમ સલામત છે ને વિનયભાઈ અને મીરાંબહેનનો આભાર માન્યો.
દિવસો વીતતાં ગયા અને નિકીતા ખુબ સરસ રીતે નવા પ્રદેશમાં, નવા ઘરમાં સરસ રીતે સેટ થઈ ગઈ.

ચાલો ચાલો... અંકલ-આંટી આવી જાવ નાસ્તો કરવા... નિકીતા નાસ્તાની પ્લેટો ડાઇનિંગ ટેબલ પર મુકતા બોલી. સવારનો નાસ્તો નિકીતા એ બનાવ્યો હતો બધા માટે, નાસ્તો પતાવીને મીરાંબહેન અને નિકીતા કોલેજે તરફ જવા નીકળ્યા. ને વિનયભાઈ પણ એક કંપની માં ક્લસ્ટર લીડરની પોસ્ટ પર હતા, એ પણ ઓફિસ માટે નીકળ્યાં.

નિકીતાને હવે સ્ટડી સાથે કૈક જોબ કરવી હતી કેમ કે ત્યાં ઘરનું એક એ એક મેમ્બર કંઈ ને કંઈ કામ કરતું જ હોય છે, પણ શું સ્ટાર્ટ કરવું? ક્યાં જોબ કરવી? એ અવઢવ માં હતી. એક દિવસ નિકીતાની કોલેજ ફ્રેંડ નાતાલીની કાફે શોપનું ઉદ્ઘાટન હતું ત્યાં આમંત્રણ થી ગઈ હતી, બધું મસ્ત ચાલી રહ્યું હતું ત્યાં સિસ્ટમ માં કઈ ખામી સર્જાયી અને કોમ્પ્યુટર માં પ્રોબ્લેમ થયો.. નિકીતા નાતાલી ની ફ્રેંડ હોવા ના નાતે કોમ્પ્યુટર ને મેંન્યુલી સંભાળ્યું ને એક એક કસ્ટમરને તેની મેનજેમેન્ટ સૂઝ થી હેન્ડલ કર્યા, નાતાલી ના ફાધર જોઈ રહ્યા નિકીતાની સૂઝ-બુઝ અને કાર્યક્ષમતા. ને બીજે દિવસે નિકીતાને તેમણે કાફે સાંભળવા મેનેજર માટેની દરખાસ્ત મૂકી જે નિકીતા એ સહર્ષ સ્વીકારી હતી.
નિકીતાની લાઈફ સડસડાટ એના લક્ષ્ય તરફ આગળ વધી રહી હતી બધું સેટ થઈ રહ્યું હતું.
શિવમ-નિકીતા બંને પોતાની લાઈફ માં આગળ વધી રહ્યા હતા ભૂલ્યા ન હતાં એક બીજાને પણ યાદ કરવા નું ટાળતા હતા.

સમયના પાલવ માં શું હશે કોને ખબર છે?...આમ ને આમ સાતેક મહિના જેટલો સમય વીતી ગયો.

નિકીતાની લાઈફ માંડ એક ધ્યેય થી આગળ વધતી રહી હતી પણ નિકીતાનું મન એને શિવમ સાથે જે ગેરસમજણ થઇ હતી એ દૂર કરવા અને શિવમને શોધવા પ્રેરિત કરી રહ્યું હતું. નિકીતા

એ શિવમની તપાસ આરંભી, કોલેજના મિત્ર વર્તુળ માં પૂછ્યું પણ શિવમ કોલેજ પછી ક્યાં છે એ કોઈ ને ખબર ન હતી. નિકીતા એ સોશિઅલ મીડિયા માં ફેસબુક, ટ્વિટર, ઇન્સ્ટાગ્રામ બધે જ ગોતી વળ્યું પણ શિવમ ક્યાંય ન હતો. નિકીતા હતાશ થઈ ગઈ ને વિચારવા લાગી કે મોહિતે લગાવેલ શંકાને લઇ ને એ આગળ નહીં વધી શકે.

નિકીતા એક દિવસ કૉલેજ થી આવી ને આરામ થી બેઠી હતી ત્યાં તેની મુંબઇની કોલેજ ફ્રેન્ડ રાધિકાનો કોલ આવ્યો. રાધિકાના અચાનક કોલ થી નિકીતા વિચારમાં પડી. રાધિકાના લગ્ન થઈ રહ્યા હતા આમંત્રણ માટે કોલ કર્યો હતો. રાધિકા મસ્તી મા કેહવા લાગી નિકીતાને હવે ક્યારે તારે અમને લોકો ને આમંત્રણ આપવાનું છે, ગોત્યો કે નહીં કોઈ લંડન વાસી છોકરો? નિકીતા એ વાત ને ટાળતા જૂની વાતો અને યાદો વાગોળતા થોડી હળવાશ અનુભવી ઘણા સમય પછી જૂની ફ્રેન્ડ જોડે વાત થઈ હતી.

નિકીતા આજના ડિજિટલ યુગ માં વોટ્સએપ પર આવેલી કંકોત્રી વાંચી રહી અને એક અઠવાડિયા પછી લગ્ન માં જાવા ના વિશે વિચારવા લાગી. શિવમ યાદ આવી ગયો. ક્યાં હશે? શું કરતો હશે? અનેક સવાલો નિકીતાના મન માં ચકરાવા લેવા લાગ્યા.

નિકીતા આખરે લગ્ન માં જાવા તૈયાર થઈ.. મીરાંબહેન અને વિનયભાઈ એરપોર્ટ પર મુકવા આવ્યા હતા. સામાન ચેક થઈ ને નિકીતા ફ્લાઈટ માં બેસી ગઈ મન માં ઘણા બધા વિચારો ને અસમંજસ સાથે પ્લેન મુંબઇ તરફ રવાના થયું.

સરલાબહેને નિકીતાની મનપસંદ વાનગીઓ બનાવી કાગડોળે રાહ જોતા હતા ત્યાં ડોરબેલ વાગી, હરખાતાં હરખાતાં સરલાબહેન એ દરવાજો ખોલ્યો ને નિકીતાને ભેટી પડ્યા, સરલાબેન ભાવુક થઈ ગયા હતા અને માતા સહજ સંતાન ને દૂર મોકલવાનું એક માં કેમ જીરવી શકે,
નિરાવભાઈ પણ આંખ માં ભીનાશ સાથે નિકીતા ને ભેટી પડ્યા.

"નિકીતા કેટલી વાર લગાડીશ.." સરલાબેને બૂમ પાડી.

ઘણા સમય પછી તૈયાર થઈ ને લગ્ન માં મહાલવાનું હતું. નિકીતા ઝડપ ભેર કાર માં ગોઠવાઈ ગઈ ને લગ્ન સ્થળ તરફ કાર ડ્રાઇવ કરી.

રાધિકા એકની એક પુત્રી હોવા થી મુંબઈના ખ્યાતનામ બિઝનેસમેન મેહુલભાઈ પટેલે લગ્ન માં કોઈ કમી નોતી રાખી. નિકીતાની કાર એક ભવ્ય પાર્ટી પ્લોટના મેરેજ સેટ પાસે આવીને ઉભી રહી, નિકીતા લગ્નની ઝાકમજાળ જોઈ રહી.

"ઓય... નિકીતા ક્યાં જુએ ..અહીં અહીં" એક બાજુ થી બૂમ આવી, નિકીતા એ જોયું તો કોલેજના મિત્રોનું ગ્રુપ હતું એમાંથી અવાજ આવ્યો, નિકીતા ગ્રુપ જોઈન કર્યું. ઘણા મહિના ઓ પછી બધાંને મળીને ખૂબ ખુશ થઈને બહુ બધી મસ્તી ને મજાક તાજી થઇ.. નિકીતાના મન પર શિવમ પાછો તાદૃશ થયો. નિકીતા એ બધાંને પૂછ્યું કોઈને શિવમની ખબર ન હતી. ગ્રુપ માં મસ્તી મજાક ચાલી રહ્યા હતા,. થોડીવારે નિકીતા એક તરફ કોલ્ડ ડ્રિંક્સ લેવા ગઈ. હજુ ગ્લાસ હાથમાં લે ત્યાં જ પાછળ થી અવાજ આવ્યો "એક્સ્ક્યુઝમી..મને જાવા ની જગ્યા આપશો પ્લીઝ?.. નિકીતા એ પાછળ વળતાં જોયું.. આંખો મોટી થઇ ગઈ ને બંને ના મોઢા માંથી નીકળી પડ્યું.." શિવમ તું??".. "નિકીતા તું?"!! નિકીતા થી ગ્લાસ પડું પડું થઈ રહ્યો.

અચાનક શિવમ ના સામે મળી જવાથી નિકીતા સ્તબ્ધ થઈ ગઈ હતી. શું બોલવું ના બોલવું કઇ ખબર નહોતી પડતી, ને શિવમ પણ પૂતળું થઈ ગયો હતો. મહિનાઓ પહેલાંના એ દ્રશ્યો તાજા થયાં. બંને એક નાની ગેરસમજણ થી અલગ પડ્યાં હતાં એ યાદ આવતા કોઈ કંઈ બોલ્યું નહીં. શિવમ ચૂપ-ચાપ ત્યાં થી એકબાજુ ચાલ્યો ગયો. શિવમ રાધિકા ના હસબન્ડના મિત્રોના ગ્રુપ માં હતો એની જાણ રાધિકાને પણ ન હતી. બધા વચ્ચે એક શાંતિ છવાઈ ગઈ હતી.

બંને માથી કોઈ પણ 'મગ નું નામ મરી' પાડવા તૈયાર ન હતા. પણ બંનેના મન વલોવાય રહ્યાં હતા. આખરે નિકીતા એ પહેલ કરવાનું નક્કી કર્યું. અને શિવમ તરફ આંખો માંડી.

નિકીતા શિવમ તરફ આગળ વધી અને તેની સામે ઉભી રહી, થોડી વાર વાતાવરણમાં શાંતિ પ્રસરી ગઈ

'શિવમ...' આટલું બોલતા તેના ગળામાં ડૂમો બાજી ગયો, સામે શિવમનો પણ એજ હાલ હતો, બંનેની જંખના તો એક જ હતી, લાગણી પણ એક જ હતી, બસ વચ્ચે આ ગલતફેમિની દિવાર હતી, જેના કારણે તેમને આ વિરહની વેદના સહન કરવી પડી હતી. શિવમ પોતાના વિચારોમાં સરી પડ્યો....

નિકીતાના વિદેશ ગયા પછી પોતાના અભ્યાસમાં ગળાડૂબ રહીને પોતાનું સુખદુઃખ વિસરી જતો. આ સમયે તે હસવાનું ભૂલી જ ગયો હતો, નિકીતાને જોઈને તેના પર જે સ્માઈલ આવી એ જાણે બાળકને લાંબા સમય રાહ જોયા બાદ જાણે કોઈ મનગમતી વસ્તુ મળી ગઈ હોય એટલી નિખાલસ અને વાસ્તવિક હતી. શિવમ...

તું ક્યાં ખોવાઈ ગયો? નિકીતાએ પૂછતાં વાતની શરૂઆત કરી. શિવમ સ્વગત બોલી ઉઠ્યો, અરે અત્યારે જ તો મળ્યો, ખવાયેલો તો પહેલા હતો, પણ મનની મનમાં રાખી અને તેનામાં રહેલો

પુરુષ અહમ બોલ્યો, ખોવાઈ જ જવાયને જ્યારે કોઈને પોતાના માનીએ અને એ બદલાઈ જાય. નિકીતાએ એક નિસાસો નાખ્યો અને બોલી, તું બોલી શકે અને હું તને ખોટો પણ નહીં કહું કેમ કે આ થયું એ એક ગલતફેમિના લીધે થયું છે, એ દિવસે જે છોકરો હતો એ મારો કઝીન હતો, સરખી ઉંમરના અને સાથે કોલેજમાં હોવાથી અમારો સંબંધ મિત્ર જેવો છે. તે આરોપ લગાવતાં પહેલા એકવાર શાંતિથી મારી વાત સાંભળી હોત, તો આ વિરહની વેદના આપણા ભાગે ના હોત.

આ સાંભળી શિવમની આંખોના ખૂણા ભીના થઈ ગયા, એક વીજળી તેના માથા પર પડી અને શરીરમાંથી પસાર થઈ ગઈ. બોલવું હતું પણ શબ્દો ગળામાંથી નીકળતા નહોતા. પુરુષ અહમ તેની ભૂલ સ્વીકારમાં વચ્ચે આવી રહ્યો હતો. એટલે તે ચૂપ રહ્યો અને વાતચીત કરવાનું એને યોગ્યના લાગ્યું, કારણ કે જો અત્યારે નિકીતા સાથે વાત કરશે તો બધા વચ્ચે માફી માંગવી પડશે એટલે એણે નિકીતાને કહ્યું, આપણે અત્યારે લગ્નમાં આવ્યા છીએ તો લગ્નમાં ભાગ લઈએ, આ વાત કાલે શાંતિથી કરીશું, તો વધારે સારું રહેશે, પ્લીઝ..

આ પ્લીઝ બોલવામાં પણ તેને ભારે જહેમત ઉઠાવી પડી, નિકીતા સમજદાર હતી, તેણે વાતની ગંભીરતા સમજી અને હા માં માથું ધુણાવ્યું અને બોલી, કાલે કોલેજની કેન્ટીન 12 વાગે મળીશું, હું

તારી રાહ જોઇશ. એટલું બોલી બંને પોતપોતાના ગ્રુપમાં પાછા ફર્યા.

એક આશ દિલમાં જાગી ગઈ,
ફરી એક થવાની વેળા આવી ગઈ

બંનેના મનમાં આ કથન રમી રહ્યું હતું. લગ્ન પતાવી બંને ઘરે ગયા, પથારીમાં પડ્યા, પણ આ ઊંઘ પણ આજે ક્યાં આવવાની હતી. બંને મન અસમંજસમાં હતું કાલે શુ થશે, એકબીજાના થઈને રહેશું? હંમેશને માટે અલવિદા કરવાનો વિચાર પણ ધ્રુજાવી દેનારો હતો.

બંનેનું મન અસમંજસમાં હતું કાલે શુ થશે, એકબીજાના થઈને રહેશું? કે પછી? હંમેશને માટે અલવિદા કરવાનો વિચાર પણ બંનેને અંદરથી ધ્રુજાવી દેનારો હતો. બંનેની આંખો કાગડોળે સવાર પડે અને ક્યારે મળવાની વેળા આવે એની વાટ જોઈ રહી હતી. શિવમ તો કંઈક અલગ અવઢવ હતો. એને તો બસ જલ્દી નિકીતા પાસે પહોચવું હતું.

માંડ કરીને જાણે સવાર પડ્યું. બંને જણા ફટાફટ તૈયાર થઈને નક્કી કરેલી જગ્યાએ આવી પહોંચ્યા. બંનેને એકબીજાને મળવાની એટલી તાલાવેલી હતી કે નક્કી કરેલા સમય પેહલા જ પહોંચી ગયા.બંને એકબીજાને જોઈને સ્મિત કર્યું. મલીનીના ચહેરા

ઉપર તો જાણે કંઈક અલગ ચમક આવી ગઈ હતી. એને તો બસ આજે શિવમને માનવીને હંમેશા માટે પોતાનો બનાવી લેવો હતો.

પહેલા તો બંને વચ્ચે ગજબનું મૌન પથરાયેલું હતું. હોઠો પર સ્મિત હતું અને આંખો જાણે વાતો કરવા તડપતી હતી. બંનેની આંખોમાં એકબીજા માટે અઢળક પ્રેમ દેખાઈ રહ્યો હતો. આસપાની દુનિયા ભૂલાય ગઈ હતી, હા થોડી ઘણી ફરિયાદો હતી, પણ એ ફરિયાદમાં પણ પ્રેમ છુપાયેલો હતો. વાતવરણમા અચાનક પલટો આવ્યો હોય એમ બંનેના મન એકમેકમાં લીન થઈ ગયા હતા. બંનેના દિલના તાર પર મધુર સંગીતના સુરો રેલાઈ મંદ મંદ મુસ્કાન, આંખોમાં અજીબ આલ્હાદાયક રોમાંચ અનુભવાય રહ્યો હતો. થોડીવાર પછી ખોખારો ખાતા શિવમ બોલ્યો," નિકીતા મને માફ કરી દે, મે તારા પર શક કર્યો, ખોટા આરોપ મુક્યા, મને મારા આવા વર્તન પ્રત્યે ખૂબ પસતાવો થઈ રહ્યો છે સોરી"

નિકીતાએ તરત શિવમના હાથમાં પોતાનો હાથ મુકીને તેની વાત અટકાવતા કહ્યું,"પ્લીઝ શિવમ તારે સોરી કહેવાની જરૂર નથી. તને એ વાતનો પસ્તાવો થયો એ જ બહું છે મારા માટે, હવે એ વાત તું ભૂલી જા."

પરંતુ નિકીતા તે મને ત્યારે જ કેમ ન કહ્યું? તું પણ ગુસ્સામાં જતી રહી. ત્યારે જ જો કહી દીધું હોત તો કદાચ અત્યાર સુધી તો

આપણે જન્મો જનમના બંધનમાં બંધાઈ ગયા હોત." મોહિતે નિકીતા સામે પ્રશ્નાર્થ નજર કરતા કહ્યું

"હા શિવમ પણ એ વખતે જો હું તને સમજાવવાની લાખ કોશિશ કરું તો પણ તું સમજી ન શકત. કારણકે તારો ગુસ્સો જ એવો કે મારી બધી જ કોશિશ નાકામ જાત. અને શિવમ હજી પણ કંઈ મોડું નથી થયું. આટલો સમય દૂર રહીને આપણે બંને સમજી ગયા છીએ કે બંનેના દિલમાં એક બીજા માટે કેટલો પ્રેમ છે" નિકીતાએ શિવમ ને સમજાવતા કહ્યું..

"ના નિકીતા હવે ખૂબ મોડું થઈ ગયું છે" મોહિતે મલીનીથી નજર છુપાવતા કહ્યું

"મોડું થઈ ગયું છે! એટલે તું કેવા શું માંગે છે? નિકીતાએ આશ્ચર્ય થી પૂછ્યું

"નિકીતા, મારા અંકલે મારા માટે છોકરી શોધી રાખી છે. આજે સાંજે જ હું અને પપ્પા છોકરી જોવા જવાના છીએ. નિકીતા, મારા અંકલના મારા પર ઘણા ઉપકાર છે, મારી માતા મને નાનપણમાં મુકીને ભાગી ગઈ, પણ મારા અંકલ આંટીએ મને ખૂબ પ્રેમ આપ્યો છે. માન્યું કે એ પાડોશી બીજી કાસ્ટના હતા, છતાં પોતાના અંગતથી વધારે સમજી તેમણે અમને સાથ સહકાર પ્રેમ

હુંફ આપ્યું છે, તેનો હું હંમેશા ઋણી રહીશ. મે એમને વચન આપ્યું છે કે એ જ્યાં કહેશે ત્યાં હું પરણી જઈશ" મોહિતે ખૂબ જ મૂંઝાતા સ્વરે કહ્યું

આ સાંભળીને નિકીતા એકદમ સ્તબ્ધ થઈ ગઈ, તેની આંખોમાંથી અશ્રુધારા વહેવા લાગી, નિકીતા એક શબ્દ પણ બોલ્યા વગર ત્યાંથી ઊભી થઈને બહાર નીકળી ગઈ. શિવમ પણ નિઃશબ્દ થઈને નિકીતાને જતા જોઈ રહ્યો, નિકીતાને આમ જતા જોઈને તેનું કાળજું કંપી ઉઠ્યું. મન થતું હતું તેને રોકીને ગળે લગાવી લઉં અને કહે કે હું ફક્ત તારો જ છું. પણ એ તેના વચનથી મજબુર હતો.

નિકીતા મહા મહેનતે પોતાના આંસુ છુપાવીને ઘરમાં પ્રવેશી. જોયું તો તેની માતા સરલાબેન ઘર સજાવી રહ્યા હતા. નીરવભાઈ પણ સરલાબેનને મદદ કરવામાં વ્યસ્ત હતા.

"હેં પપ્પા, પણ તમે બંને આ શું કરી રહ્યો છો, કોઈ મહેમાન આવી રહ્યું છે?" નિકીતા પોતાના પિતાના સામે પ્રશ્નાર્થ નજર કરતા પૂછ્યું.

સરલાબેન કામ માંથી પરવારીને અરીસા સામે ભૂતકાળ નજરે તરી આવ્યો

ધીમીધારે વરસાદ વરસી રહ્યો હતો. પોતાના હાથ વિનયના હાથમાં હતા, હળવી બુંદોથી બંને ભીંજાઈ રહ્યા હતા. એ હળવી બુંદોથી બે માંથી એક ક્યારે થયા સમયનું ભાન ભૂલી એકમેકમાં ભળી ગયા. અચાનક નીરવભાઈની નજર સરલાબેન ઉપર પડી તેને હલબલાવતા બોલ્યા " અરે સરલા તું ક્યાં ખોવાઈ ગઈ!?"

"અરે નીરવ તમે ક્યારે આવ્યા?" આંખોની ભીનાશ લુછતા સરલાબેન બોલ્યા

"તું જ્યારે અરીસામાં તારાં ભૂતકાળને વાગોળી રહી હતી ત્યારે " નીરવભાઈ સરલાબેનના હાથ પકડતાં બોલ્યા

"તમારો આભાર હું ક્યાં શબ્દોમાં વ્યક્ત કરું સમજાતું નથી. ભૂતકાળમાં મને મારી દિકરી સાથે ન આપવાની હોત તો મારું અને આજ જેને આપણે, આપણી દિકરી કહીએ છીએ તેનું કોઈ અસ્તિત્વ જ નહોત" સરલાબેન એકીશ્વાસે બોલી ગયા તેને તેનું ભાન જ ન રહ્યું

"શું થયું પપ્પા, તમે બંને.... કંઈ સિરિયસ તો નથી ને!?" અચાનક રૂમની બહાર આવી નિકીતાએ મશ્કરી કરતા પુછ્યું

સરલાબેને ઉત્સાહભેર તરત જવાબ આપતા બોલ્યા," હા બેટા, સાંજે તને જોવા માટે છોકરા વાળા આવી રહ્યા છે. મારી આ નાનકડી ફૂલ જેવી દીકરી ક્યારે મોટી થઈ ગઈ ખબર જ ના પડી." એમ કહેતા સરલાબેન નિકીતાને ભેટી પડ્યા

નીરવભાઈ પણ પોતાની દીકરી હેત ભરી જોઈ રહ્યા. તેના માથા ઉપર હાથ મૂકતા બોલ્યા," ભગવાને અમને તારા જેવી દીકરી આપી ખૂબ નસીબદાર બનાવ્યા છે. અમને ગર્વ છે તારા પર."

નિકીતા આ બાબતે શું પ્રતિક્રિયા આપે તે કઈ સમજતું ન હતું. ખૂબ હિંમતભેર બોલી, "પપ્પા મારે હમણાં લગ્ન નથી કરવાં."

"અરે દીકરા છોકરો ખૂબ સારો અને ભણેલો છે. તારા વિનય અંકલ અને મીરાંઆંટીએ પસંદ કર્યો છે. તું એકવાર જોઈ તો લે" સરલાબેનને પોતાની દીકરી પર વ્હાલ વરસાવતા સમજાવ્યું.

નિકીતા પણ વિનયભાઈ અને મીરાં બહેનનું નામ પડતા કંઈ બોલી ના શકી અને નતમસ્તક થઇ મુક સંમતિ આપતા પોતાના રૂમમાં જતી રહી.

સરલાબેન અને નીરવભાઈ કાગડોળે મહેમાનની રાહ જોઈ રહ્યા હતા. અંતે મહેમાનની પધરામણી થઈ અને તેમની પ્રતીક્ષા નો અંત આવ્યો. બંને હરખભેર મહેમાનને આવકાર્યા. સરલાબેનએ નિકીતાને પાણી લઈને આવવા માટે કહ્યું. નિકીતા પાણી લઈને આવી ત્યાં જ તેની આંખો ચકિત થઈ ગઈ. અને ઉત્સાહમાં બોલી પડી" શિવમ તું અહીંયા!?"

નિકીતાને જોતા શિવમ ને પણ ખૂબ આશ્ચર્ય થયું. શિવમ પણ ખુરશી પરથી ઉભા થઈને તરત નિકીતા પાસે આવ્યો અને બોલ્યો, અરે નિકીતા તું અહીંયા ક્યાંથી!?"

નિકીતા બધું જ સમજી ગઈ કે શિવમ તેને જ જોવા આવ્યો છે. નિકીતા પોતાના હરખના આંસુ લૂછતાં બોલી," એટલે તું મને જ જોવા આવ્યો છે, આ મારું જ ઘર છે."

આ સાંભળીને શિવમ આશ્ચર્યચકિત થઈ ગયો. તે કંઈ સમજી ન શક્યો. બીજી બાજુ સરલાબેન નીરવભાઈ અને શિવમના પિતા પણ આશ્ચર્ય પામ્યા કે આ બંને એકબીજાને કેવી રીતે ઓળખતા હશે. એટલા માં નીરવભાઈ એ મૌન તોડતા કહ્યું, અરે બેટા નિકીતા તમે બંને એકબીજાને કેવી રીતે ઓળખો છો?"

"પપ્પા હું અને શિવમ એક જ કોલેજમાં ભણતા હતા. એકબીજાના ખૂબ સારા મિત્રો પણ બન્યા. મિત્રતા ક્યારે પ્રેમમાં ફેરવાઈ ગઈ એ ખબર જ ના રહી. હું અને શિવમ એકબીજાને ખૂબ પ્રેમ કરીએ છીએ. પરંતુ એક નાનકડી ગેરસમજના કારણે અમે બંને એકબીજાથી અલગ થઈ ગયા હતા. એટલે જ તો મે ઇન્ડિયા છોડીને લંડન જવાનું નક્કી કર્યું. શિવમને ભૂલવું મારા માટે અશક્ય હતું. ઇન્ડિયામાં રહીને કદાચ શિવમની યાદો મને સતત ખલ્યા કરતા, એટલે લંડન જવાનો નિર્ણય લીધો. અને ત્યાં

વ્યસ્ત રહીને શિવમને ભૂલવાની ખુબ કોશિશ કરી. પણ શિવમ ક્યારેય મારા મન મસ્તિક માંથી હટ્યો જ નહીં. અને કદાચ જોવો ને ભગવાનને પણ અમારો પ્રેમ મંજૂર કરી લીધો હોય એમ આજે ફરી અમે આવી રીતે મળી ગયા. પરંતુ શિવમ મને એક વાત સમજાઈ નહીં તારા અંકલ મને કેવી રીતે ઓળખે?" નિકીતા એ શિવમ સામે જોઇને પૂછ્યું.

મોહિતે જરા મૂછમાં હસતા જવાબ આપ્યો, "અરે બુદ્ધુ તું લંડનમાં જેમના ઘરે રહે છે, એ જ મારા અંકલ છે. જેમણે મને નાનપણથી ખૂબ પ્રેમ આપ્યો છે, જેમની વાત હું ક્યારેય ટાળી નથી શકતો. અને તું સાચું કહે છે, કે ભગવાને પણ આપણા પ્રેમ પર મંજૂરીની મહોર લગાવી દીધી છે. એટલે જ અત્યારે હું અહીંયા તારી સામે ઊભો છું. તો શું કહેવું છે મેડમ, તમારે મારી સાથે લગ્ન કરીને અહીંયા જ વસી જવું છે કે, પછી પાછા જવું છે લંડન?"

આ સાંભળતા જ નિકીતા મોહીતને ભેટી પડી. આ દ્રશ્ય જોઈ, સરલાબેનને પોતાનો ભૂતકાળ યાદ આવી ગયો કે હું ગુજરાતી અને વિનય મહારાષ્ટ્રિયન એટલે અમારો પ્રેમ અધુરો રહ્યો હતો. શું મારી દિકરીને પણ?

ના હોં આવો તો વિચાર પણ ન કરવો જોઈએ જો આપણો દેશ જ અનેક પ્રાંત હોવા છતાં એકતામાં માનતો હોય તો, આપણે આ જાતિવાદના ભેદથી દૂર રહેવું જોઈએ

સરલાબેન અને નીરવભાઈ ની આંખો ખુશીના આસુંથી છલકાય ગઈ.

શિવમના પપ્પા એ નીરવભાઈ સાથે હાથ મિલાવતા કહ્યું, "હવે જલ્દી તમારી દીકરીને વિદાય આપવાની તૈયારી કરો શેઠ, અમે જલ્દી જાન લઈને આવીએ અને તમારી દીકરીને અમારા ઘરની લક્ષ્મી બનાવીને લઈ જઈએ."

બધાએ આનંદ ઉત્સાહ ઉલ્લાસથી એકબીજાનું મોઢું મીઠું કર્યું અને શિવમ અને નિકીતાના લગ્ન લેવાયા.

સમાપ્ત

*****

શમીમ મર્ચન્ટ

હું છેલ્લા આઠ વર્ષથી ઇંગ્લીશ, હિન્દી અને ગુજરાતી ભાષામાં સાહિત્યમાં મારું યોગદાન આપી રહી છું. મારું લખાણ ૨૦ જૂદી જૂદી વેબસાઈટ પર નિયમિત રૂપે આવે છે.

ભગવતી પંચમતીયા 'રોશની'

"મારો નવલિકા સંગ્રહ બહાર પડી ચૂક્યો છે:
વાર્તા વૈભવ.
મારી નવલકથા 'અસ્તિત્વ' હપ્તાવાર પ્રકાશિત થઈ ચૂકી છે."

સંગીતા દત્તાણી

લેસ્ટર યુ.કે...
હંમેશા મદદ માટે તૈયાર રહેવાનો શોખ...
સ્પષ્ટ વક્તા... વાંચનનો શોખ હોવાથી લખવાની શરૂઆત કરી..ગધ લેખન વધુ ગમે...અવનવી વાત જાણવા અને શીખવાનો શોખ..

સ્ટોરિમિરરમાં ૨૦૨૨માં એવોર્ડ મેળવેલ છે.

સહિયારી નવલકથા તેમજ નવલિકા લખેલ છે.

આલોક સાવલિયા

"આલોક પટેલ ('અતીત')
ગુજરાતના રંગીલા એવા રાજકોટ
શહેર થી છે.
મને લખવું એ એક એવી વસ્તુ છે જેમાં તમે તમારા વિચારો,
તમારી લાગણીઓ સાથે વહો છો."

હરદેવ રાઠોડ

હરદેવ રમેશભાઇ સુરેન્દ્રનગરાના વતની છે, તેઓ હાલ ONEINDIA માં સબ એડિટર છે. તેઓને લેખન અને વાંચનનો શોખ છે.

ક્રિષ્નાબેન રમેશભાઈ ઉકાણી

હું સુરત શહેરમાં રહું છું. હું હાઉસવાઈફ છું. લખવું મને બહુ ગમે છે, એ મારું પેશન છે જન્મ સ્થળ સાવરકુંડલા છે એ ભલે મારી જન્મભૂમિ રહી પરંતુ મારી કર્મભૂમિ સુરત છે.